લોકડાઉન માં..

(વ્યંગ કથા)

અર્જુનસિંહ આર રાઠોડ

।। वर्णविशेशरमणयिदर्शनम, मंदंहासरुन्नरिाणनानभज्म पूज्तिम्
सरुनरोतमरैमद्रा, धर्मनदंनमहमवचितियो।।

જય સ્વામિનારાયણ ,

અખિલબ્રહ્માંડ ના અધિપતિ એવા ભગવાન શ્રી સ્વામિનારાયણના
અને સંતો ના આશીર્વાદ થી આજે આ મારી પ્રથમ બુક સંપાદીત
કરવા જઈ રહ્યો છું ત્યારે ખૂબ આનંદ અનુભવું છું ..
ખરેખર તો મારા માં આ ક્ષમતા તેમની અસીમ કૃપાદ્રષ્ટિ અને
આશીર્વાદ થી આવી છે .મારામાં છુપાયેલી આ વાતની મને ઓળખ
આપવા અને કુશળ બનાવવામાં ઘણાબધા વ્યક્તિઓ નો ફાળો છે...
શરૂઆત થી વાત કરીએ તો સામાન્ય જીવન માં ક્યારેક નાની
શાયરી કે નાની ઘણી વાતો મગજ માં છપાયેલી રહેતી ..ત્યારે ખબર
નહોતી કે આ વાતો ને પાના પર ઉતારવાથી આવી સારી રીતે
આલેખન થશે..ધીમે ધીમે એ વાત જાણી કે લેખન વાંચન અને
અભ્યાસ કરતા રેહવાથી આ કળામાં ઘણો સારો વિકાસ થાય
છે..ઘણી બધી બુકો ,નવલકથાઓ, જીવનીઓ વાંચ્યા બાદ
આત્મસાક્ષાત્કાર થયો ત્યારબાદ ધીમે ધીમે મારા તૂટેલ ભાંગેલા વર્ણ
ને કાગળ ને કલમ દ્વારા એક બુક માં જડિત કર્યા ..અને આમ પછી
ધીમે ધીમે રહીને અભ્યાસ કરતા સાથે આગળ આગળ વધતો રહ્યો

...

ઘણા વ્યક્તિઓ કે જે મારા પ્રેરણા સ્ત્રોત છે ..આ બધામાંથી હું ઘણું
બધું શીખીને અહી સુધી પહોંચવા સક્ષમ બન્યો છું ...

સૌપ્રથમ તો હું શક્તિસિંહ યાદવ જે પાલીતાણા ખાતે આચાર્યની
ભૂમિકા નિભાવી રહ્યા છે અને આજ સુધી માં ઘણી
નવલકથાઓ,ટૂંકીવાર્તાઓ અને નાટકો લખેલ છે અને ઘણા
ગુજરાતી શોર્ટ મૂવી ના ડિરેક્ટર પણ છે.તેમનો ખૂબ ખૂબ આભારી છું

કે તેમણે મારી આ અંદર રહેલી ક્ષમતા ની ઓળખ અપાવી .

મારા કૉલેજ ના મિત્રો આમતો સહાધ્યાયી એવા ધ્રુવ રાઠોડ,ઉત્તમ કલોત્રા,યશ અગ્રવાલ, અને પારસ દવે જે ખૂબ સારી એવી કવિતાઓ લખે છે .મારી સાથે ઘણા સમયથી રહેતા અને તેમનાં માંથી પણ મને ઘણું બધું જાણવા મળ્યું છે.તેઓનો પણ હું ખૂબ આભારી રહીશ .

વાતો અને પ્રસંગો ઘણા છે .. સમર્પણ ભાવ પર અસર પડે તેથી અહીં હું વધારે તો નહિ કહું પણ બીજા ઘણા એવા મારા સંબંધીઓ,મિત્રો અને ગુરુજનો છે જેમના લીધે આજે આ સ્થાને પહોંચ્યો છું .

સમર્પણ મારા માતાપિતા ને ....

આશીર્વાદ થી અહીં સુધી .....

૭

સામગ્રી

પ્રસ્તાવના

ૐ સર્વે ભવન્તુ સુખિનઃ ।
સર્વે સન્તુ નિરામયાઃ ।
સર્વે ભદ્રાણિ પશ્યન્તુ ।
મા કશ્ચતિ દુઃખ ભાગ્ભવેત્ ॥
ૐ શાન્તિઃ શાન્તિઃ શાન્તિઃ॥

સંસ્કૃત શાસ્ત્રો અને ગ્રંથો મુજબ હજારો વર્ષો થી આ બધું ચાલ્યું આવે છે... આપણા વેદો ,પુરાણો, ઉપનિષદો, ગ્રંથો મુજબ રોગો અને તેનું નિદાન એક જટિલ પ્રક્રિયા છે.. ભારતીય ઔષધશાસ્ત્ર હજારો વર્ષો જૂનું છે અને તેમાં હજિ પણ ઘણા બધુ છુપાયેલું છે.આ એક આપણી ભારતની વિશેષતા છે..દુનિયા ના બધા દેશો ભલે આજે મહાસત્તા બનીને બેઠા છે ..પણ જગત ને રાહ દેખાડનાર આપણો ભારત દેશ સદીઓ થી જ ચિકિત્સા ક્ષેત્રે આગળ છે ...આપણા ભારતની આ અમુલ્ય સંપતિની આપણને હજી ખૂબ ઓછી જાણકારી છે ..

આચાર્ય ચરક, આચાર્ય સુશ્રુત જેવા મહાન ઋષિમુનિઓએ ભારત ને આ નિદાન અને ચિકિત્સા ક્ષેત્રે ખૂબ જ સારી ભેટ આપી છે જેની આપણને કોઈ કદર નથી .

દુનિયાના બધા દેશો જે પોતાની જાતને મહાસત્તા બતાવે છે .જે આજે ટેકોલોજિ માં ખૂબ આગળ પડતું સ્થાન ધરાવે છે .એ લોકો ભારત પાસે થી જ્ઞાન લઈને બેઠા છે ..

વાત તો હું એ કરતો હતો કે આ કોરોના જેવા ભયંકર રોગ એ દુનિયા માં ખૂબ નુકસાન કર્યું .આર્થિક અને સામાજિક રીતે ઘણો વિનાશ કર્યો. લોકડાઉન માં બુક માં એજ બધી વાતો નો ઉલ્લેખ કરવાનો મે અહી પ્રયત્ન કર્યો છે .

થોડી હાસ્યકથા સાથે કોરોનાના કહેર ની વાત અને લોંકડાઉન ની વ્યથા વ્યક્ત કરી છે.

આશા છે આપને આ મારી પ્રથમ બુક પસંદ આવશે .

આપના સહકાર ની અપેક્ષા માં ...

અર્જુનસિંહ રાઠોડ
નાનો લેખક મોટી વાતો.

સ્વીકૃતિઓ

"Covid-19" શબ્દ સાંભળતા જ એ માર્ચ - એપ્રિલ 2020 ના દિવસો યાદ આવી જાય... યાદ તો ખાસ એટલે આવે કેમકે તેમાં એક ખાસ શબ્દ નો ઉપયોગ થાય "લોકડાઉન"..

આખોય દિવસ ઘરમાં રહી પોતાની જાતને અને પરિવારના સભ્યોને મહામારી થી બચાવવી એ જ એકમાત્ર કર્તવ્ય અને કર્મ કરવાનો સમયગાળો એટલે લોકડાઉન....

સાચે જ આ મહામારીમાં લોકડાઉન એ એટલું તો શિખવી જ દીધું કે માત્ર બહાર રહેવુ કે પૈસા કમાવવા ઐ જ જીવન નથી પણ ઘરના સભ્યો સાથે સમય વિતાવવો સુખ-દુ:ખની વાતો કરવી એ જીવનનો સાચો આનંદ છે. તે પણ કેટલા દિવસ એક... બે ....ત્રણ... વધીને અઠવાડિયું બસ!! પછી કેટલુંક ....હવે તો સંબંધીઓ સાથે પણ કંટાળ્યા..... આમેય ભારતીય લોકો તો કોઈપણ એક વસ્તુ માં ન ચલાવે તેને થોડા થોડા સમયે કંઈક ને કંઈક નવું અપડેટ તો જોઈએ જ ..પણ લોકડાઉન !!! શું કરવું અપડેટ નું સર્વર જ બંધ થઈ ગયેલ ....પણ આપણે તો ભારતીય રહ્યા ને ...તો બધા ઉકેલો આપણી પાસે હોય જ ... (અમસ્થા થોડા આપણને પ્રગતિશીલ દેશ નું બિરુદ મળે)..

આખી દુનિયાને સલાહ-સૂચન આપવામાં ભારતીયો પહેલા હોય પછી પોતે પાલન કરે કે ન કરે પણ સલાહ તો જરૂર આપે સાચી કે ખોટી.. દિલદાર રહ્યા ને!!

સ્કૂલો બંધ, યુનિવર્સિટીઓ બંધ,બધું જ બંધ પણ ભારતીયો તો કંઈ પાછા જ ન પડે ને ..કાંઈ પણ ઉકેલ લાવે જ ! એ તો આપણા ભારતની વિશેષતા છે.. લોકડાઉન માં બસ ટીવી ,મોબાઇલ, ઇન્ટરનેટ માંજ પડયા રહેવાનું કંટાળો આવે, મૂંઝારો થાય પણ કહેવું કોને ....જો કે મારા જેવા હંમેશાં ઘરે રહેતા લોકો માટે આ નવાઈની વાત નથી પણ જે માત્ર ઘરે જમવા અને સૂવા માટે જ આવતા તેની માટે થોડીક

મુશ્કેલી ભર્યું હતું.. છતાં પણ ડરના લીધે બિચારાઓ સહન કરતા રહ્યા અને તેઓ નવીન કરી પણ શું શકે.. સહન કરવા સિવાય!!!

આપણી ભારત સરકારે પણ આ મહામારીમાં લોકડાઉન નામનું શસ્ત્ર ચલાવ્યુ એટલે થોડો ફેર રહ્યો અને ભારતના લોકોએ પણ ખાસ્સો એવો સહકાર આપ્યો એટલે થોડા અંશે અંકુશ પણ આવ્યો. બધાના ધંધા-રોજગાર બંધ, એકબીજા સાથે રૂબરૂ વાતચીત બંધ એટલે શરૂમાં થોડું અજીબ લાગે અને જોર પડે પણ પોલીસના ડંડા અને કોરોનાનો કહેર યાદ આવતા મને કહી દે ભાઈ છાનોમાનો ઘરમાં બેસ......... ખાસ તો લોકડાઉન માં વ્યસનનીઓને ખૂબ જ તકલીફ પડેલી બિચારાઓને મહામહેનતે વ્યસનની સામગ્રી જેવી કે બીડી, સીગારેટ, પાન-માવા, તમાકુ મળી રહેતું અને દારૂની તો વાત કરવી જ બેકાર હતી હું તો કહીશ કે આવા લોકોને વ્યસન ની સામગ્રી ન મળતી તેથી વધારે હેરાન થયા હશે બાકી બીજું તેના માટે અપવાદ રહી ગયેલું!!

ખાસ આમાં જો હું ગુજરાતીઓની વાત કરું તો ખાસ કરીને પાન,માવા અને બીડી ના શોખીન માણસો તો ત્રાહિમામ પોકાર કરતાં જેમ છપ્પનીયા કાળ માં લોકો છાંટો-પાણી અને બટકું રોટલો માટે તરફડતા તેમ આ લોકડાઉન માં સોપારીના કટકા અને બીડીના થૂંથા માટે તરફડતા બસ આખો દિવસ એ જ વિચારમાં રહેતા કે બીડી ,માવા, તમાકુ ક્યાંથી મળે!!!

આ વ્યસનીઓની નબળાઈ જાણી તેનો ફાયદો અમુક દુકાનદારો અને ખાસ નવરાઓ (સામાન્ય દિવસોમાં) એ ઉઠાવ્યો. નવરાઓ એટલે જેને આખા જીવન દરમ્યાન કાંઈ કામ-ધંધો ન કર્યો હોય તેમણે આ લોકડાઉન માં વ્યસનની સામગ્રીનો ધંધો કરી બતાવ્યો. તેમાય ગુજરાતીઓ તો ક્યાંય પાછા જ ન પડે .એક માવા,સિગરેટ,તમાકુના પેકેટના ત્રણ થી પાંચ ગણા ભાવ વધારી વેચતા છતાં જેને વ્યસન છે તે તો ખરીદતા અને પાછા વટથી કહેતા કે ભાઈ દસ ના સો લઈ લે પણ તું વસ્તુ આપ... વ્યસનની લત એટલી હદે થઈ ગયેલી કે તેના વગર બે કલાક પણ ન ગળાય!!!

માંડ-માંડ કરી જેમ તેમ સામ- દામ- દંડ- ભેદની નીતિ અપનાવી સરકારે લોકોને લોકડાઉન નું પાલન કરાવ્યું અને મહામારી નુ પ્રભૂત્વ મહદઅંશે ઘટ્યુ.. ખાસ તો આમાં મોટો ફાળો આપણા પોલીસ કર્મીઓ

અને ડોક્ટરો નો રહ્યો પણ, તેમાં સામાન્ય જનતા નો ફાળો પણ ઓછો નથી......

એમાં આપણે તો એટલા દિલગીર છીએ કે આર્થિક ફાળો પણ કાંઈ ઓછો નથી આપ્યો . કારણ કે સરકારનો એક નિયમ હતો કે વગર માસ્ક વાળા પાસેથી રૂપિયા પાંચસો કે હજાર દંડ વસૂલવામાં આવશે. ખબર હતી છતાં માસ્ક પહેર્યા વગર નીકળતા અને પ્રેમથી દંડ ભરી દેતા આથી આવી રીતે પણ ઘણો ફાળો આપણી દિલદાર જનતા (માત્ર કહેવાની) એ આપ્યો..

અંતે કોરોનાનો કહેર થોડો ઘટ્યો અને જનતાની ધીરજ ખૂટી ત્યારે સરકારે પણ થોડા થોડા અંશે લોકડાઉન માં છૂટછાટ આપવાની શરૂઆત કરી પણ ભારતની જનતાને તો આપણે જાણીએ જ છીએ છૂટછાટ શબ્દ સાંભળતાં જ એકસાથે બધા બહાર ફરવા નીકળી જાય જાણે કોરોના એ તો અચાનક સમાધિ લઈ લીધી હોય તેમ સમજીને પણ ''મહદઅંશે'' એવા શબ્દ ને ધ્યાનમાં જ કોણ લે.... આપણું વ્યાકરણ તો કાચું જ રહ્યું ને એથી..!!!

છતાં મહામારી જેમ જેમ કંટ્રોલમાં આવતી ગઈ તેમ તેમ લોકડાઉન ના એક પછી એક દરવાજા ખુલતા ગયા પણ છતાંય પૂરેપૂરી છૂટ છાટ તો મળી જ ન હતી..

તેમાં લગ્નની સીઝન આવી પણ લોકડાઉન માં આટલા વ્યક્તિઓ ભેગા થવા એ મુશ્કેલ હતું. ખાસ કરીને ગુજરાતમાં આનંદી ગુજરાતીઓ લગ્ન તો ધૂમધામથી જ કરે બે ત્રણ હજાર માણસો હોય ત્યારે જ ગુજરાતી વરરાજો પરણી ને ઘરે આવે પણ લોકડાઉન માં તો આ શક્ય ન બને તો અમુકે તો તેના લગ્ન જ બંધ રખાવ્યા અને અમુક ઉતાવળા હતા લગ્ન કરવા તેણે પછી મન મનાવીને માસ્ક પહેરીને લગ્ન કરી લીધા..

ખાસ તો લોકડાઉન માં મીડિયા અને સોશિયલ મીડિયા દ્વારા વધારે લોકો હેરાન થયા કારણ કે સાચા સમાચાર કરતા ખોટા સમાચાર નો ફુગાવો વધી ગયેલો. રાઈનો પહાડ બનાવી દે એવડા મોટા ફેક ન્યુઝ ચલાવતા . અમુક લોકો તો આવા ખોટા સમાચાર સાંભળી ને જ ડરી જતા ખાસ કરીને અભણ લોકો!!!

એક સમયે તો અમુક અંધશ્રદ્ધાળુ લોકોએ કોરોના ને પણ માતાજી

બનાવી દીધેલા નામ આપ્યું માતાજીનું " કરુણા" માતાજી... લોકોનું કહેવું હતું કે જેમ ઓરી ને ઓરી માતા કહીએ છીએ તેમ કોરોના ને કરુણા માતા!!! જે માતાએ નવો અવતાર ધારણ કર્યો છે પણ એમને કોણ સમજાવે કે માતાજી આવી રીતે તેના બાળકો પર કહેર ના વરસાવે ક્યારેય..

પણ આ તો બધી ખોટી અંધશ્રદ્ધાની વાતો છે કારણ કે આવી અંધશ્રદ્ધા માં વિશ્વાસ રાખનાર લોકો તો પછી આવું જ ફેલાવે અને બીજાને અંધશ્રદ્ધામાં શ્રદ્ધા બેસાડી દે..

ઘણી બધી એ પણ વાતો બહાર આવતી આ જગ્યાએ કોરોના ની દવા શોધાઈ ગઈ છે અથવા તો કોરોના દૂર કરવાનો દેશી આયુર્વેદિક ઉપાય મળી આવ્યો છે પણ આ બધું તો નવરો નખ્ખોદ વાળે તેના જેવું હતું શિક્ષિત અને સમજદાર લોકો તો સમજી જતા પણ બિચારા અભણ માણસો થોડા ફસાઈ જતા..

આ એવી મહામારી હતી કે જેણે ચાંદા અને મંગળ પર જઈ આવ્યા છે તેવા જીવો(બધા માણસોને) ઘરમાં પૂરી દીધા અને લગભગ આઠ-દસ મહિના સુધી કોઈ કાંઈ ન કરી શક્યું. સારા -સારા ડૉક્ટરો અને વૈજ્ઞાનિકો પણ હેરાન થઈ ગયા હતા .એવું ન હતું કે આનો ઇલાજ શક્ય ન હતો જેને સારવાર આપવામાં આવતી તે તો સાજા પણ થઇ જતાં પણ તેની સંખ્યા મૃત્યુ ના આંકડા કરતા ખૂબ ઓછી હતી..

છતાં પણ બધાના સહકારથી સફળતા ઘણી સારી મળી અને અંતે આઠ-દસ મહિનાના પ્રયાસો બાદ મહામારી સંપૂર્ણપણે તો નહીં પણ ઘણા સારા અંશે કંટ્રોલમાં આવી ચૂકી હતી.

ધીમે ધીમે લોકો પોતાનાં કામ-ધંધા વ્યવસાયને હાથે લઇ રહ્યા હતા અને આમ લગભગ સામાન્ય દિવસો જેવું જ લાગવા માંડ્યું હતું બધું જ કુશળ મંગળ થતું હતું અને લોકોના મનમાંથી કોરોના પ્રત્યેનો ડર ઓછો થતો જતો હતો. આખી દુનિયાને લોકડાઉન ના લીધે ઘણું બધું આર્થિક નુકસાન થયું હતું અને ઘણા બધા કામ ધંધાઓ ખોરવાઈ ગયા હતા અને બધા થોડી હિંમત કરી પોતાની જાતને પરિસ્થિતિ ના બિબામા ઢાળવાનો પ્રયત્ન કરી રહ્યા હતા.

તો આવો જોઈએ લોકડાઉન માં થયેલી અમુક ઘટનાઓ જેમાં થોડી સારી તો થોડી ખરાબ ઘટનાઓ રચાયેલી સારી કરતાં ખરાબ

ઘટનાઓનો મારો વધારે છે કારણ કે મહામારી શબ્દ માં ખરાબ ઘટનાઓ છુપાયેલી છે જે હજારો વર્ષોથી ચાલ્યું આવે છે.

1
કોરોના કથા

કુદરતે માનવીને વિશ્વનાં બધાં સજીવો કરતાં શ્રેષ્ઠ બનાવ્યો છે.એટલે બીજાં પ્રાણીઓ અને પ્રકૃતિની સુરક્ષા કરવાની માનવીની ફરજ બને છે. તેને બદલે માનવી પોતાની બુદ્ધિશક્તિનો દુરુપયોગ કરીને બીજાં પ્રાણીઓ અને પ્રકૃતિનો વિનાશ કરવા લાગ્યો છે.

પરંતુ મૂછ મરડીને પ્રકૃતિનાં બધા અંગોને છંછેડીને નષ્ટ કરવા માંડેલો માનવી હાલમાં તો એક ટચૂકડા કોરોના વાયરસથી ગભરાઈને એવો તો હતપ્રભ થઈ ગયો છે કે આ નવી આફતનો સામનો કઈ રીતે કરવો તેની તેને સમજ જ પડતી નથી! નરી આંખે દેખી પણ ના શકાય એવા ટચૂકડા કોરોના વાયરસે આખા વિશ્વને એવું તો ધમરોળી નાખ્યું છે કે છેલ્લાં દોઢ વર્ષથી વિશ્વના દરેક માનવીની લાઈફ સ્ટાઈલ સમૂળગી બદલાઈ ગઈ છે.

આમ તો વાયરસના હુમલા માનવી માટે કંઈ નવા નથી. અત્યાર સુધીમાં કેટલાય ખતરનાક વાયરસ આવી ગયા છે અને માનવજાતે તેમના પ્રતિકારના રસ્તા પણ શોધી લીધા છે. પરંતુ કોરોના વાયરસની વાત કંઈક જુદી છે. તે સંપર્ક તેમજ હવાથી પણ ફેલાય છે, જીવલેણ છે અને પાછો એટલી ઝડપથી ફેલાઈને મનુષ્ય જગતમાં હાહાકાર મચાવી દે છે કે વૈજ્ઞાનિકો અને ડોક્ટરો પણ સડક થઇ ગયા હતા.

લોકડાઉન એટલે લોકઆઉટ. આ અંતર્ગત, દરેકને તેમના ઘરોમાં રહેવાની સલાહ આપવામાં આવે , જેનું સરકાર દ્વારા સખ્ત પાલન પણ કરવામાં આવે છે. આ જરૂરી છે કારણ કે કોરોના વાયરસ નામનો રોગચાળો માનવજાતિના ઇતિહાસમાં પ્રથમ વખત થયો છે.

હવે આ વાયરસ સામે લડવા માટે આખો દેશ તેમના ઘરોમાં કેદ થઈ ગયો. આ રોગચાળોના પ્રકોપથી લાખો લોકોએ તેમના જીવ ગુમાવ્યા છે અને તેનાથી બચવાના માટે માત્ર એક જ રસ્તો છે અને તે છે સામાજિક અંતર એટલે કે સામાજિક દૂરી. આ ચેપ એક વ્યક્તિથી બીજામાં ખૂબ જ ઝડપથી ફેલાય છે, જેના કારણે ભારત સરકારે તેને ટાળવા માટે લોકડાઉન જરૂરી કહ્યું છે.

લોકડાઉન એક ઇમર્જન્સી સિસ્ટમ છે જે આપત્તિ અથવા રોગચાળા દરમિયાન અમલમાં આવે છે. જે વિસ્તારમાં લોકડાઉન થાય છે ત્યાંના લોકોને ઘરની બહાર જવાની મંજૂરી નથી. તેમને ફક્ત દવા અને ખાવા પીવા જેવી આવશ્યક ચીજોની ખરીદી માટે જ બહાર આવવાની મંજૂરી છે. લોકડાઉન દરમિયાન, કોઈ પણ વ્યક્તિ બિનજરૂરી કામ માટે શેરીઓમાં ઉતરી શકશે નહીં.

લોકડાઉન કરવાના ફાયદા-

લોકડાઉન પહેલાંના સમયની વાત કરતા, તે સમયે, આપણે બધા આપણા રોજિંદા કામમાં એટલા વ્યસ્ત રહેતા કે આપણે આપણા પ્રિયજનો, પરિવાર અને બાળકો માટે ક્યારેય સમય ન કાઢી શકીએ અને દરેકને ફક્ત આ જ ફરિયાદ હતી કે આજની દિનચર્યાને ધ્યાનમાં રાખીને સમય કોની પાસે છે? પરંતુ આ તમામ ફરિયાદો લોકડાઉન સાથે સમાપ્ત થઈ છે. આ સમય દરમિયાન લોકોએ તેમના પરિવાર સાથે વિતાવવા માટે ખૂબ સરસ પળો મેળવ્યા છે. આ સમય દરમિયાન, લોકો ઘણી મનોરમ્ય યાદોને બચાવતા હોય છે, તેમના ઘરના વડીલો સાથે સમય વિતાવે છે અને સંબંધોમાં કડવાશને ભૂંસી નાખે છે.

લોકડાઉન દરમિયાન, બાળકોને તેમના માતાપિતા સાથે સમય પસાર કરવાની તક મળી રહી છે, જ્યારે જે લોકો રસોઈ બનાવવાના શોખીન

છે મારી જેવા તે પણ યુટ્યુબ દ્વારા રસોઇ શીખતા હોય છે. જૂની સિરીયલોનો યુગ પાછો ફર્યો છે, જેને લોકો તેમના આખા કુટુંબ સાથે માણી રહ્યા છે અને તેમની જૂની યાદોને ફરીથી જીવંત કરી રહ્યાં છે. બાળકો સાથેની વિડિઓ ગેમ્સનો આનંદ, કેરમ જેવા ગૃહ રમત નો વડીલોએ આનંદ માણ્યો હતો. શાળાઓમાં રજા હોવાને કારણે શિક્ષકો ઘરે બેસીને ઓનલાઇન ક્લાસ લેતા હતા જેથી વિદ્યાર્થીઓના શિક્ષણમાં કોઈ અડચણ ન આવે.

લોકડાઉન સમયે લોકો તેમના શોખ પણ પૂરા કરી રહ્યા છે, કેમ કે તેમને આ માટેની પોતાની દબાવેલી ઇચ્છાઓ પૂરી કરવાનો સમય મળ્યો છે. જેમને નૃત્ય શીખવાનો શોખ હતો અને સમયના અભાવને લીધે, તેઓ ક્યાંક નૃત્ય કલાથી પોતાને દૂર કરી રહ્યા હતા, આજે તેઓ તેમની કુશળતામાં સુધારો કરી રહ્યા છે. જેમને સંગીતનો શોખ છે, તેઓ સંગીત શીખી રહ્યા છે, પેઇન્ટિંગ શીખી રહ્યાં છે. લોકડાઉન દરમિયાન આવા ઘણા શોખ પાછા જીવે છે.

લોકડાઉનમાં રહેવાથી કોરોના વાયરસથી છૂટકારો મળી શકે છે, જે આખા વિશ્વને ખલેલ પહોંચાડે છે, તેથી તે આપણા બધા માટે ખૂબ મહત્વનું છે. આ એક જ કાર્ય છે કે આપણે તેને પ્રામાણિકતા સાથે અનુસરવું પડશે, તેમજ લોકડાઉનથી કોરોના વાયરસના દર્દીઓમાં ઘટાડો થશે અને ચેપ ફેલાવાનું જોખમ ઓછું થશે. કરિયાણાની વસ્તુઓ, ફળો, શાકભાજી, દવાઓ બજારમાં ઉપલબ્ધ છે જેથી આપણા રોજિંદા જીવનમાં વસ્તુઓની કમી ન રહે.

લોકડાઉન દરમિયાન પ્રદૂષણમાં ઘટાડો થયો છે. જો આપણે લોકડાઉન કરતા પહેલા વાત કરીશું, તો ફેક્ટરીઓમાંથી નીકળતો કચરો પાણીમાં વહી ગયો હોત, વાહનોના રસ્તા ઉપર દોડધામ હોવાને કારણે અવાજ અને હવાનું પ્રદૂષણ હતું, પરંતુ લોકડાઉનથી આ બધી બાબતોમાં ઘટાડો થયો છે અને આજે આપણા આંગણે પાછળથી પક્ષીઓની ચીપલ સાંભળવામાં આવી રહી છે, જે ક્યાંક ખોવાઈ ગઈ હતી. નદીઓનું પાણી સ્વચ્છતા તરફ આગળ વધી રહ્યું છે.

લોકડાઉનથી કોરોના વાયરસના દર્દીઓ અને ચેપનું જોખમ ઓછું થશે. કરિયાણાની ચીજો, ફળ, શાકભાજી, દવાઓ બજારમાં ઉપલબ્ધ છે જેથી આપણી રોજીંદી ચીજોની કોઈ તંગી ન રહે. લોકડાઉનમાં મોટા

કારખાનાઓ અને વાહનો ચલાવવાની મનાઈ ફરમાવવામાં આવી છે. આમાંથી એક સારી વસ્તુ બની છે, જે પ્રદૂષણનો અભાવ છે. ગઈકાલે - ફેક્ટરીનો કચરો પાણીમાં નાખવામાં આવ્યો હતો. હવા, અવાજ અને જળ પ્રદૂષણમાં ઘટાડો થયો છે, જે પ્રકૃતિમાં ફાયદાકારક છે.

લોકડાઉન નુકસાન-

લોકડાઉનથી મજૂરોને ઘણું નુકસાન થયું છે, જેઓ રોજિંદા કામથી તેમના પરિવારના ગુજરાન કરતા હતા. આજે તેના માટે એક સમયની રોટલી મેળવવી ખૂબ જ મુશ્કેલ હતી. એવા ઘણા મજૂરો છે જે ભૂખ્યા સૂઈ રહ્યા છે. જો કોઈ તાળાબંધીનો સૌથી વધુ ભોગ બન્યા હોય, તો તે કામદારો છે .જેઓ તેમના પરિવારને ખવડાવવા માટે રાત-દિવસ મહેનત કરે છે.

લોકડાઉનને કારણે દેશના અર્થતંત્રને ભારે નુકસાન થયું છે. કારખાનાઓને બંધ થવાને કારણે ભારે નુકસાન વેઠવું પડે છે, જ્યારે ધંધો પણ સંપૂર્ણ રીતે અટવાયો છે. લોકોએ નોકરી ગુમાવી છે, જેના કારણે બેરોજગારીની સમસ્યા પણ ઉભી થઈ છે. લોકડાઉનને કારણે દેશ આર્થિક રીતે નબળો થઈ રહ્યો છે. દિવસ અને રાત ફક્ત કોરોનાથી સંબંધિત સમાચાર લોકો માટે માનસિક રીતે ખલેલ પહોંચાડે છે, જે તેમને નકારાત્મક બનાવે છે. શારીરિક વ્યાયામના અભાવને કારણે અને આખો દિવસ ઘરે રહેવાને કારણે, લોકો સ્વસ્થતા અનુભવી શકતા નથી. બાળકો આખો દિવસ ઘરે રહીને ચીડિયાપણું અનુભવવાનું શરૂ કરે છે, કારણ કે તેઓ બહાર રમવા માટે તેમના મિત્રો સાથે મળી શકતા નથી. કોરોના વાયરસના સમાચારો લોકોને પરેશાન કરી રહ્યા છે, જેના કારણે ઘણા લોકોને હતાશા જેવી સમસ્યાઓનો પણ સામનો કરવો પડી રહ્યો છે.

ભારતના વડા પ્રધાન દ્વારા કોરોના વાયરસના પ્રકોપને રોકવા માટે લોકડાઉનની ઘોષણા કરવામાં આવી હતી, કારણ કે કોરોના રોકવા માટે સામાજિક અંતર એકમાત્ર અસરકારક માર્ગ છે. આથી લોકડાઉન લંબાવાઈ રહ્યું હતુ. તેથી આપણે બધાની જવાબદારી છે કે સરકાર ના હુકમો નુ પાલન કરવુ જોઇએ.

৭৭

2
લોકડાઉન

તારીખ 24 માર્ચ 2020 ના દિવસે જ્યારે સૌ પ્રથમ રોક લગાવવામાં આવ્યો તે પહેલાં જ ભારતમાં લગભગ ૫૦૦ જેટલા કેસ આવી ચૂક્યા હતા

ઘણીબધી તકેદારીઓ શરૂઆતથી રાખવા છતાં પણ કોરોના નો કહેર પૂરજોશમાં ભારતમાં પ્રવેશ કરી રહ્યો હતો ત્યારે સૌ પ્રથવાર જનતા કર્ફ્યૂ નું એલાન ભારત સરકાર દ્વારા કરવામાં આવ્યું અને આ કર્ફ્યૂ દરમિયાન લોકોએ ખાસ્સો સપોર્ટ આપ્યો હોવા છતાં કોરોના ને કશો ફરક પડતો ન હતો..

તેમાં પણ આપણા ભારતીય જે વિદેશમાં હતા શિક્ષણ અર્થે કે ધંધાર્થે તેઓને ભારત પાછા આવવાની ફરજ પડી કારણ કે વિદેશમાં પણ કોરોના પોતાનો કહેર વરસાવતો હતો. દરેક બાજુ ભાગદોડ મચી ગઇ કર્ફ્યૂનો સતત ભંગ થતો રહ્યો બસ બધાને એક જ ઝંખના હતી કે તેઓ વહેલી તકે પોતાના ઘરે પહોંચી જાય...

ભારતની જનસંખ્યા માંથી અડધા જેટલી જનસંખ્યા ધંધાર્થે,શિક્ષણ માટે અથવા અન્ય રીતે ઘરથી બહાર રહેતી હોય તો આવા વિચારોને લીધે ઘરે પહોંચવા વાહન વ્યવહાર કે ટ્રાન્સપોર્ટેશનની ઘણી જરૂર પડે પણ સરકારના આદેશ મુજબ વાહન વ્યવહાર પણ બંધ થઈ ગયેલ. પર્સનલ વિહિકલ ને પણ રસ્તાઓ પર ચાલાવવાની મનાઈ કરેલ છતાં પણ લોકો તેનો વિરોધ કરી ઘરે

પહોંચવા ઉતાવળા થતાં મોદી સાહેબે પણ ઘણી વિનંતીઓ કરી કે જે જ્યાં છે ત્યાં જ રહે પણ આ તો પેલી કહેવત જેવું થયું કે "દુનિયાનો છેડો ઘર" ....

પોતાના ઘરે માણસ પોતાની જાતને વધારે સુરક્ષિત રાખી શકે તેવું મનાય છે અને તે વાત સાચી પણ છે તો આવા વિચારોને લીધે લોકો ગમેતેમ કરી પોતાના ઘરે પહોંચવા પ્રયત્ન કરી રહ્યા હતા પણ તેઓને એ ધ્યાનમાં ન હતું કે આ વાયરસ સમૂહમાં વધારે ફેલાઈ રહ્યો છે તે તો બસ પોતાના વિચારો પર અડીખમ ઊભા હતા..!!

અમુક લોકો તો એટલા મનથી મક્કમ હતા કે પોતાનું ઘર ઘણું દૂર હોય છતાં પણ પગે ચાલીને ઘરે જતાં જોવા મળ્યા હતા.અને આમ પેલી કહેવત નો ઘણીવાર સાચી રીતે પ્રયોગ થતો જોવા મળ્યો હતો..

હવે બસ પોતાની જાતને અને પોતાના પરિવારને આ મહામારીમાં થી કેવી રીતે બચાવવી એ જ વિચારો આખી દુનિયાના મનમાં ક્ષણે ક્ષણે ઉદભવતા હતા. તેમાં વળી અમુક દેશોને તો ભારત સરકારે સલાહ આપવી પડતી અને તે ખાસ્સું એવું મદદગાર સાબિત થતું. આપણા દેશના નેતાઓ,અધિકારીઓ ને ભલે સામાન્ય રીતે લોકો કહેતા કે આમ છે ને તેમ છે પણ સાચી ખબર ત્યારે પડે જ્યારે સાચી મુશ્કેલીઓ આવે અને ખરેખર આવી કઠીન મુશ્કેલીમાં ભારત સરકારે ખૂબ સારું કાર્ય કરી વધારેમાં વધારે માણસોને મહામારી માથી બચાવવાનું કાર્ય કર્યું તે ખુબ જ સરાહનીય છે.

એમ કહી શકાય છે કે.....

જ્યારે કર્યો કોરોના એ કહેર દુનિયામાં
બગાડ્યા આઠે પ્હેર દુનિયામાં!!

પણ જ્યારે કહેવાય છે ને કે સાપને દૂધ પાતા ડંખ મળે તેના જેવી પરિસ્થિતિ સર્જાણી ત્યારે ભારત સરકારને આકરો અને છેલ્લો નિર્ણય લેવાની ફરજ પડી અને એ નિર્ણય હતો સંપૂર્ણ "લોકડાઉન"...

3
WHO ની આગાહિ

WHO (વર્લ્ડ હેલ્થ ઓર્ગેનાઇઝેશન) જે આખી દુનિયાના સ્વાસ્થ્ય માટે નું એક મોટું સંઘ છે .જેમાં ભારત જેવા ઘણા બધા દેશો તેના સભ્યો છે. તેમની આગાહી પહેલા ની એક એ ઘટના જે લગભગ ખૂબ ઓછ વ્યક્તિઓ ને જ ખબર હતી તે અહીં વર્ણવું છું.

જ્યારે શરૂ-શરૂમાં લોકડાઉન ને બે થી ત્રણ જ દિવસ થયા હશે ને કોરોના પોતાનો હાથ સેકન્ડે ને સેકન્ડે આગળ ફેલાવી રહ્યો હતો હજી સુધી શું નિર્ણય લેવા અને આગળ શું કરવું તે લગભગ કશુજ નક્કી થયેલ ન હતું ત્યારે મોબાઇલમાં એક વીડિયો વાયરલ થયોલો ..

એ સમાચાર ઈન્ટરનેટના માધ્યમ દ્વારા મળતા થયા જેમાં કહેલું કે આ લોકડાઉન એક દિવસનું માત્ર નથી આ તો હજી ઘણા મહિનાઓ સુધી લંબાવવામાં આવશે પણ થોડો વિશ્વાસ હતો કે થોડા દિવસમાં બધું કંટ્રોલ માં આવી જશે એટલે શરૂઆતમાં તો કોઈને વિશ્વાસ થયો નહીં પણ પાછળથી ખબર પડી ન્યૂઝમાં ઈન્ટરનેટમાં પણ ખબર આવવા લાગી કે WHO ની આગાહી મુજબ કોરોના ના વધતા કેસ ને ધ્યાનમાં રાખી આવતા અઠવાડિયા જ નહીં પણ આવતા કેટલાક મહિનાઓ સુધી લોકડાઉન લગાવવું પડશે નહીં તો દુનિયાની ઘણી ખરી વસ્તી ઓછી થઈ જવાની શક્યતા હતી ..

અને અંતે ભારત સરકારે તમામ જગ્યા પર પ્રતિબંધ મૂકવાનું શરૂ કર્યું જનતા ને સમજ આપવી ,ઘરમાં રાખવી ,કોરોના ના દર્દીઓ માટે

હોસ્પિટલ, દવાઓ વગેરે સારવારના સાધનોની વ્યવસ્થા કરવી ઘણી બધી મુશ્કેલીઓ આવી પડી હતી અને ઘણી બધી લાઈનમાં હજી તો રાહ જોતી હતી.

WHO ની આગાહી પર સો ટકા ભારતે વિશ્વાસ રાખીને સંપૂર્ણ પણે લોકડાઉન કરવાનો આ કઠોર નિર્ણય લીધો W.H.O નિ આગાહી સંપૂર્ણપણે સાચી પડતી જતી હતી દુનિયાની મહાસત્તાઓ પણ હલી ગઈ હતી.

અચાનક જ આટલા બધા કોરોના ના કેસ વધતા જાણે પાનખરમાં પાંદડા ખરે તેમ માણસોની મૃત્યુની સંખ્યા દિવસે ને દિવસે વધતી જતી હતી પ્રજાની મુશ્કેલી વધતી જતી હતી કઈંજ સમજમાં ન આવતું હતું. લાગતું હતું કે હવે પ્રજાના પાલનહાર પ્રચંડ કહેર વરસાવતા હોય..

આગાહી ખૂબ જ ભયંકર હતી સમજદાર તો સમજી જ ગયા હતા એ મહામારી ની તાકાત!!!

પણ હજી ઘણા મહાનુભાવો (કહેવાના) ને એમ જ હતું કે આ તો માત્ર નાની એક બીમારી છે પંદર દિવસ -મહિનામાં ગાયબ થઈ જશે..

પણ આ મૂર્ખ લોકો ની મનોવ્યથા ખોટી સાબિત થઇ કોરોના તો પાછો હટવાનું નામ જ નહોતો લેતો.

અમુક માણસો માં તો એટલી સામાન્ય બુદ્ધિ નહોતી કે જે આખી દુનિયાની સ્વાસ્થ્યની સંભાળ રાખે તેવું W.H.O. કાંઈ ખોટી આગાહી તો ના જ આપે ખૂબ જ કડકાઈથી અને કોરોનાના આ ભયંકર સ્વરૂપની આગાહી આપી હતી પણ છતાં ઘણા લોકો માટે આ અમાન્ય અને અપવાદરૂપ જેવું હતું સરકારના સલાહસૂચનો એક કાનેથી સાંભળી બીજા કાનેથી બહાર કાઢી નાખતા અંતે અર્થ એવો નીકળતો કે ભેંસ પાસે ભાગવત વંચાયું!! પણ આવા લોકોની સંખ્યા ધીમે ધીમે ઓછી થતી ગઈ કારણ કે કોરોના નો હાથ દાડે દિવસે વધતો જતો હતો પહેલા તો જતો હતો. જીવને બચાવવા લોકોને લોકડાઉન અને સરકારી નિયમોનું પાલન પરાણે તો પરાણે કરવું જ પડ્યું.

અંતે લોકો એ સ્વીકારવું પડ્યું કે હવે ઘરમાં રહેવું તે એક જ રસ્તો છે. જેમ અર્જુન પુત્ર અભિમન્યુ કૌરવોના સાત કોઠાની વ્યૂહરચનામાં એક પછી એક કોઠા પાર કરીને આગળ વધતો જતો હતો મુશ્કેલીઓનો

સામનો કરતો હતો ..તેમ આ કોરોનાકાળ માં સમગ્ર વિશ્વ એક પછી એક નવી અને કઠિન પરિસ્થિતિઓના ઉકેલ શોધતા જતા હતા અને આગળ વધતા જતા હતા.

4
COVID પરિક્ષણ

ધીમે ધીમે જેમ નવવધુ તેના સાસરિયામાં રહેતા શીખે તેમાં ભળે અને બે થી ત્રણ દિવસ મા બધાને જ અપનાવી લે તેમ દુનિયાના લોકો એ કોવિડ ની સ્વીકૃતિ કરી અને ઉપરાંત લોકડાઉન ની પણ....

કોરોના ના સામાન્ય લક્ષણો અથવા તો હળવા લક્ષણો જણાય એટલે તરત જ સૌપ્રથમ પરિજનો અને મિત્રોથી દૂર રહેવાની સલાહ ટીવી ન્યુઝ મા સરકાર દ્વારા વારંવાર આપવામાં આવતી હતી વારંવાર દુનિયાના કુશળ ડોક્ટરો સાથે મિટિંગો થતી કે ખરેખર સામાન્ય લક્ષણો શુ છે કે જેનાથી કોરોના સંક્રમણ ની ખબર પડે અને અંતે એવું જણાવવામાં આવ્યું કે....

- જો નાક માંથી પાણી નીકળતું હોય અથવા નાક બંધ હોય
- ગળામાં ખરાશ હોય
- દુખાવો અને કળતર રહેતું હોય
- ખાંસી શરદી ના લક્ષણો હોય તેમાં પણ સુખી ખાંસી કે ખાંસીમાં ગળફા નીકળતા હોય
- સામાન્ય લોકો કરતા વધારે થાક લાગતો હોય
- માથું દુખવું
- સ્વાદ અને ગંધ પારખવાની ક્ષમતા ગુમાવી હોય અથવા તેમાં ફેરફાર થયો હોય

- ઉલટી-ઉબકા થવા, ભૂખ ન લાગવી
- ઉલટી અથવા ઝાડા
- ૩૮ ડિગ્રી સેલ્સિયસ કરતાં વધારે તાવ આવવો
- કંપન અથવા ધ્રુજારી આવવી
- ચિંતા અથવા ડર અનુભવો
- ચક્કર આવવા
- બેભાન થઈ જવાય તેમ થવું
- ચાલવામાં શ્વાસ ચડવો
- શ્વાસ અટક્યા વગર બોલી ન શકાવું
- હાફ ચડવો
- ખાતી-પીતી વખતે શ્વાસ લેવામાં તકલીફ પડવી.

ઉપર ના આ બધા જ સામાન્ય લક્ષણો જણાયા હતા અને લોકો પોતાનો અને તેમના પરિવારજનો નો સારી રીતે ખ્યાલ રાખી રહ્યા હતા.

પણ હજી આ ફ્લ્વો પાળ વગરનો હતો.. પાળ બાંધેલ ન હતી .ક્યાંથી ક્યારે ક્યુ ગાબડું પડે તેનું હજી કાંઈ નક્કી જ ન થતું હતું.
વાયરસની મા એ તો એને એવો જન્મ્યો એ સાલો એકનો ટળીને બીજો થતો હતો.
R.T.P.C.R જેવા ઘણા બધા અલગ અલગ ટેસ્ટ ની શોધ ધીમે ધીમે થવા લાગી હતી
ખાવાની અલગ-અલગ ડીશો અને તેના ટેસ્ટ ની શોધને પડતી મુકી હવે ગામ નો બળદ સિમે ચડ્યો હોય એવી પરિસ્થિતિ બની હતી..
શાણપણ ને શૌર્ય દેખાડવાનો સમય હવે આપણા ડૉક્ટરો અને વૈજ્ઞાનિકો નો આવ્યો હતો
વાતોના વંટોળિયા ચડાવતા,બહાર બિન્દાસ ફરતા,લોકોની અણી કાઢતા મહાનુભાવો પણ જેમ ઘરમાં ઉંદર સંતાયો હોય તેમ સંતાયેલ હતા.

સામાન્ય શરદી-ઉધરસ-તાવ લાગે કે દુનિયા કહે તું કોણ?.!!! દૂર રહો ભાઈ ...
પછી તો કીડી અને મકોડા પણ એ રસીયાથી દૂર રહેવા લાગે..

અને મચ્છરો તો સામું જ ના જોવે.

આજુ બાજુના પાડોશી શું કરે તેની દિવસમાં દસ વાર પંચાત કરતા કાકી પણ ઘરના બધા દરવાજા બંધ કરી એક ખૂણામાં માસ્ક પહેરીને ધ્રુજતા બેઠા હોય

શિકારીને જોઈ જેમ હરણ કૂદકે ને ભૂસકે જાન બચાવી ને ભાગે તેમ કોરોના નો કેસ આવ્યો છે એવું સાંભળી ને અમુક માણસો ના તો ત્યાં જ મોતિયા મરી જાય ..પણ ભાઈ હું તો અમેરિકાની વાત કરું છું અને તું અહીંયા શું કામ ગભરાઈ ગયો અહીંયા કેસ નથી આવ્યો..

અમેરિકાના કનેક્શન અહીં ડર આપવા લાગ્યા હોય.. ફોન કરવાની પણ હિંમત ન થાય માસ્ક બાંધીને તો ફોન પર વાત કરતા હોય .કેમ જાણે ત્યાંથી મોબાઈલ દ્વારા કોરોનાવાયરસ ની હેરફેર થતી હોય તેમ.. સાક્ષાત યમ ખાસ આમંત્રણ કાર્ડ સાથે લઈને તેને લઈ જવા આવ્યા હોય તેમ 'હું હવે નહીં રહું" એવા આત્મવિશ્વાસ અને ડરના લીધે અડધા લોકો તો આમ જ પરમાત્માને પ્યારા થઈ જતા હતા.

ઘણા તો પોતે કોરોના પોઝિટિવ આવશે એવા ડરથી રિપોર્ટ ના કરાવે ને ઘરમાં જ પડ્યા રહે.. ત્યારે પોતે તો મોતના કૂવામાં જાય સાથે પગ ખેંચીને બીજા બે-ત્રણ ને પણ લેતા જાય અરે! ભાઈ તેણે તારું શું બગાડ્યું હતુ!!!

આવી લાપરવાહીના લીધે ઘણા લોકોના બિન કારણોસર મોત નિપજ્યા હતા..

અહીંયા સરકાર રાડો નાખીને નાખીને ગળા તાણી તાણી ને થાકી જતી કે તમારે શું કરવું જોઈએ અને શું ન કરવું જોઈએ પણ એવું ધ્યાનમાં જ કોણ લે આપણે તો રહ્યા બાદશાહ' એ ' આલમ....

જો કોઈ બીજાનું સાંભળીને અનુસરીએ તો તો પછી આપણું માન ઘવાય... આમ ખોટી હોશિયારી માં જ આમુક લોકોના તો પ્રાણ પંખેરુ ઉડી ગયા હતા...

ભાઈ શાંતિથી ઘરમાં પરિવાર સાથે સુરક્ષિત પડ્યા રહો... અમુક લોકોને તો બસ હજુ બીજા ની જ પંચાત હોય...

પેલા ધર્મેશ ને કોરોના થયો હતો તોય સાલો બચી ગયો!!!!...

તો તારે શું તેને મારી નાખવો હતો ઈર્ષા કેમ કરે છે ભાઈ!!

આને કોઈ કોરોના પોઝિટિવ સાથે મુલાકાત કરાવો જોઈ પાંચ પેઢી યાદ આવી જાય છ ને!! પંચાયતીયા.... ખાસ નવરા હતા તો બીજું કામ પણ શું હોય ટાઈમપાસસિવાય એમ કહી દે !! એટ્લે તો તારે શું કોઈને મારી નાખવાની વાત કરવાની નવરા નવરા... આવા લોકોની ભારત દેશમાં કોઇ કમી જ નથી... આવી મહામારીમાં પણ એમને આવી વાતો સુજતી હોય છે..

આમ તો હજી ઘણું હાસ્યરસ બાકી છે પણ વાત એ હતી કે જેમ બને તેમ જલ્દી લોકોના રિપોર્ટ થાય અને કોરોના પોઝિટિવ કે નેગેટિવ ની ખબર પડે તેટલી વહેલા સારવાર મળતી થાય તેવા સરકારના ખૂબ જોશીલા પ્રયત્નો ચાલુ હતા અને દિવસે ને દિવસે ઘણો બદલાવ આવી રહ્યો હતો..

આ ભયાનક પરિસ્થિતિમાં કામ કરવાવાળા એ સેવાભાવી માણસો એ સેવા પણ આટલી જ કરી છે ભલે અમુક નવરા જેમ તેમ બોલતા હોય ને રહેતા હોય પણ "ગાંડા ના આખા ને આખા ગામ ના હોય" સમજદાર અને દયાવાન વ્યક્તિઓ પણ હોય ખરા!!

તેની વાત કરીએ "સેવા પરમો ધર્મ" માં..

5
સેવા પરમો ધર્મ

કોરોના ના ચાલતા કહેર વચ્ચે ...ચારે તરફ બસ ડર, ભય ફેલાયેલો ..માણસો પોતાના જીવ લઈને આમ-તેમ ભાગતા જોવા મળે .... જાણે જેમ યમ તેની પાછળ જીવ લેવા દોડી આવતા હોય તેમ તેના જીવને આમ સંતાડીને આગળ દોડતા હોય તેવું દ્રશ્ય ખડું થતું....

સારવાર , સુવિધા,દવાઓ ઉપલબ્ધ હતી .....છતાપણ .... ચારે તરફ બસ મૃત્યુ..... મૃત્યુ...... મૃત્યુ......

આવા કપરા સમયમાં પણ ડોક્ટરો , નર્સો,પરિચારિકાઓ,સફાઈકર્મીઓ, પોલીસકર્મીઓ જીવના જોખમે સેવા આપી રહ્યા હતા..

જેમ પોતાનો જીવ યમ ના હાથ માં આપી દીધો હોય ને પછી યમ જે કરે તે..

તેની ચિંતા કર્યા વગર સેવાના માર્ગે રાત્રિ દિવસ લાગેલા હતા ...

કોઈ કહેતું કે ભાઈ એ બધા તો પૈસા લુટે છે ..પણ એ છછુંદરા ને કોણ સમજાવે કે ભાઈ પૈસા માટે કોઈ પોતાનો જીવ કંઈ આમ એટલો પણ જોખમ માં ના નાખે ... છાનો માનો તારા દર માં પડ્યો રહે નહીતો કોરોના બિલ્લી નાસ્તો કરી જશે....

હા ...કંઈ પણ બસ ...લોકો ને તો લડી જ લેવું છે ...મને તો આ કોરોના ની મગજ પર અસર લાગતી હતી ..કે ડર ના લીધે કંઈ પણ બોલવા લાગે .....

ખરેખર તો કોરોના માતાએ પોતાના વિચલિત આશીર્વાદ દ્વારા કાળા માથા ના માનવી ની પીઠ મા તલવાર ભોંકી હતી .....

દવાખાનાઓમાં દર્દીઓની સંખ્યા રાતદિવસ વધતી જતી હતી મૃત્યુઆંક વધતો જતો હતો ભયંકર પરિસ્થિતિ સર્જાઈ હતી દવાખાનું એક નર્ક જેવું લાગવા લાગ્યું હતું. પરિસ્થિતિના પાને-પાને બસ મૃત્યુ.... મૃત્યુ... ને ....મૃત્યુ.....

ડર બધાને જ લાગતો પણ એ ડર ને પણ ડર બતાવી આ સેવાકર્મીઓ એ ખૂબ સેવા કરી હતી..

વેદો પુરાણો માં કહ્યું છે "સેવા પરમો ધર્મ" ખરેખર એ ધર્મ આ પરિસ્થિતિમાં તેમણે નિભાવ્યો.. અને આ હજારો વર્ષો જુના નાનકડા વાક્યને ફરીથી અપનાવી સેવાના કામે લાગી ગયા...

પરિસ્થિતિ દિવસે ને દિવસે નાજુક થતી જઈ રહી હતી. કોરોના ડગલે ને પગલે લાખો લોકોના ભોગ લેવા ઝઝૂમી રહ્યો હતો .સાંજ પડે ને દિવસ થાય જેમ વૃક્ષોમાંથી પાનખરના પાંદડા ખરે તેમ ટપાટપ લોકોના મૃત્યુ થતા હતા...

હવે તો સ્મશાન ગૃહ પણ કહેતા હતા!! રહેવા દો....રહેવા દો ....અમને પણ ચેપ લાગશે...

સેવાની વાત આવી છે ત્યારે આ વિકટ પરિસ્થિતિમાં તો ઘણાં કિસ્સાઓ સારા અને નરસા બન્યા છે . સેવા કરવાવાળા ઓ એ દિલથી સેવા પણ કરી છે અને અમુક માનવતાને દાગ લગાડતા તુચ્છ કીડાઓ એ ખોટા માર્ગે સેવાના નામે લોકોને આર્થિક રીતે લૂંટ્યા પણ છે.

કળિયુગ પોતાનો રંગ ખુલીને બતાવવા લાગ્યો હતો.

ખૂબ નાનો છતાં વિકટ ઘણો એ કળિયુગ

કોઈ કરે ને કોઈ ભરે, કરાવે એ સત્ય ને મુગ.

શૌર્યતા અને વીરતાની ગાથાઓ આ સેવા નિભાવતા કર્મવિરો માટે પણ લખાવી જોઈએ..

શુરવીર ની વ્યાખ્યા તમને તો એ જ લાગતી હશે કે જ હષ્ટપુષ્ટ શરીર ધારી હોય અને યુદ્ધમાં કદાપિ પણ હરતો ન હોય..

ખરેખર શૂરવીર ની વ્યાખ્યા કંઈક આવી છે...

કે કહે શૂરવીર એને જે કરી બતાવે કાંઈ

કોઈને જીવાડી દે ને મરી બતાવે આઈ.

ઝૂકી જાણે ,ઝુકાવી જાણે..
માન, સન્માન અપાવી જાણે..
કાળના મુખમાંથી ઉગારી જાણે
એ શૂરવીર કહાવી જાણે..
સેવા કરનાર વ્યક્તિઓ આવા શૂરવીરો થી કંઈ ઓછા નથી અરે મોતના મુખમાં કોળિયા આપવા કોણ જાય!! મૂર્ખ?.....!!!
હા...... અરે બીજાના માટે જાય તો એને શું મૂર્ખ ગણી બેસવાના?....
આવી વિચારધારા મૂર્ખ લોકોની જ હોય....અરે! આવું કોઈ સામાન્ય લોકોથી ન થાય તેના માટે હંમેશા સમર્પિત રહેવા તૈયાર રહેવું પડે..
બાકી વધારે તો હું પરિસ્થિતિઓને ખોળવા નહીં બેસું...
કેમકે...
ખોદતાં ખોદતાં ખાડો થાય.
અને પછી એમાં આપણો જ પગ જાય..
નિઃસ્વાર્થ ભાવે એ સેવાભાવિઓને તહે દિલથી આભાર વ્યક્ત કરતા ની સાથે આ ચર્ચાને હું અહીં જ વિરામ આપું છુ.
આગળ જોઇએ લોકડાઉન માં ઓનલાઇન શિક્ષણ ઉપરની થોડી રમુજી વાતો...

6

ઓંનલાઇન શિક્ષણ

પાશ્ચાત સંસ્કૃતિના દેશો વાયરસ ની સાથે અને પહેલા બીજું ઘણું બધું આપી ગયા.અને છીનવી પણ ગયા...

ટેકનોલોજીના આગળ વધતા સમય સાથે કોરોના મહામારીમાં સારવાર કરવામાં તો ઘણો ફાયદો થયો પણ અમુક વસ્તુઓમાં નુકસાન પણ એટલું જ થયું હતું.

સમય અને અપડેટેશન સાથે સ્પર્ધાઓમાં વિજેતાઓ થવાની લત માણસને ક્યાંયનો નથી રહેવા દેતો. આમ અમુક દૃષ્ટિએ જોતાં વસ્તુઓ સારી છે પણ સામે એટલી જ ભયાનક પણ.

સ્કૂલો,યુનિવર્સિટીઓ,બાલમંદિરો ને કોરોના એ તાળું લગાવી દીધું હતું. ભારતના ભાવિઓ માટે બીજો એક મોટો અને સળગતો પ્રશ્ન હતો અભ્યાસનો ...

ઘણી બધી રમુજી વાતો છે અને આ એક ખૂબ જ અસરકારક અને ગંભીર વિષય બની ગયો હતો

જોઈએ થોડાક ગંભીર અને રમૂજી કિસ્સાઓ ઓનલાઇન શિક્ષણના..

શરૂઆત મારાથી જ કરું તો હજી 12 સાયન્સ એક્ઝામ પુરી કરી નિરાંતનો શ્વાસ લીધો હતો. કોરોના ના આછા પાતળા સમાચાર તો દૂર-દૂરથી કાને અથડાતા હતા પણ એવું ખાસ્સું ધ્યાન ન હતું. કારણ કે હજી ભારતમાં કોરોના માતાના પાવન પગલા પડ્યા નહોતા બાકીના

બીજા દેશોમાં કોરોના ઍ પગ પેસારો કરેલો હતો...

આશા અને અભિલાષા તો એવી હતી કે પેલો સ્વાઈન ફ્લૂ જેવો કોઈ રોગ હશે બે અઠવાડિયામાં આવીને જતો રહેશે બિન્દાસ રહો. આપણે હજી સુધી સુરક્ષિત છીએ હોસ્ટેલમાં

સવાર - બપોર - સાંજ કોરોના... કોરોના.... કોરોના... ધીમે ધીમે આ શબ્દ ના સ્વર બધાના મુખ પર આવવા લાગ્યા હતા..

મારે હજી ગુજકેટની પરીક્ષા બાકી હતી એટલે તેનું ટેન્શન તો હજી હતું જ ...એટલે પછી હોસ્ટેલ રૂમ માં રીડિંગ કરવાનું ચાલુ હતું.. ખબર નહોતી કે હવે આ કોરોના માતા ભારતમાં પણ એન્ટ્રી કરશે...સાંજનો સમય હતો અમે પ્રાર્થના સભામાં જવા તૈયાર થતા હતા સમાચાર મળ્યા કે ભારતમાં કોરોના માતા ઍ પૂરજોશમાં દર્શન દીધા છે .. સાવધાન...

સરકારે તો તેની તૈયારી સાત દિવસ અગઉ જ ચાલુ કરી દીધેલી શિકારી જાળ ફેલાવે તેમ બધી વ્યવસ્થા કરી રાખેલી બસ શિકારની રાહ જોઈ ને બેઠા હતા..

આવ્યો ... ધુણતો.... ધુણાવતો .... કોરોના આવ્યો.....

નિર્ણયો તેની પહેલા... કાલથી ધોરણ 1 થી 12 ની સ્કૂલો, હોસ્ટેલો બંધ..... વાઇરસ ચેપી છે સ્કૂલો ખાલી કરો...

દિલ કી ધડકન તેજ હોને લગી અબ ક્યા હોગા જનાબે આલી.. આપકા ક્યા હોગા.... કેમકે બારસો વિદ્યાર્થીઓની એ હોસ્ટેલ .. જો કોરોના નો એક કણ પંણ હોસ્ટેલના દરવાજામાં ઘુસ્યો તો અમે બારસો નું એ અશ્વતમ્ કેશવમ્ કરી નાખત..

ડર........ ડર........ સાંજે જેમ તેમ કરી સર નો ફોન લીધો ને ઘરે ફોન કર્યો..

આવી જાઓ... ઘરેથી....... મને લેવા.... હું તૈયાર રહીશ.....

સાંજે છ વાગ્યે ઘરેથી લેવા નીકળ્યા.....હું સભામાં હતો .. છટકવા માટે સંગીત સ્ટેજ પર બેસી ગયો મંજીરા લઈને....

પ્રાર્થના કરી ... ધૂન કરી ...

સંગીત કાર્યક્રમ પૂરો થયો કે મંદિરમાં કે પાછળના રસ્તેથી સંતાઈ ને લપાઇને સીધો હોસ્ટેલ રૂમે....

ફટાફટ યુનિફોર્મ બદલાવી ફોર્મલ કપડાં પહેર્યા.. ઓફિસ રૂમ માં રજા

ની સાઇન કરી આવ્યો. (કોઈને પણ પૂછ્યા વગર)..... એટલે એમ તો મે એ પહેલા ડાયરેક્ટર સર પાસેથી રજા લીઘેલી!!

ને ફટાફટ મારો ખજાનો લપેટવા લાગ્યો હોસ્ટેલ નો કબાટ, તિજોરી મા ની વસ્તુઓ, કપડાઓ ,ચોપડીઓ ફટાફટ પેક કરવા લાગ્યો 15 મિનિટમાં તો જેમતેમ સામાન પેક કરીને નીચે પાર્કિંગમાં ટ્રાન્સપોર્ટ પણ કરી દીઘો આવતા-જતાં લોકો મારી સામે જોતા જાય.. હા......કેમકે પેલા ગોઘરીયા પોતાનો સામાન લઈને એકલા બેઠા હોય તેમ હું ગાડીની રાહ જોતો બેઠો હતો..

અરે!! ..... મારી વાતમાં હું પાછો ડાઇવર્ટ થઈ ગયો ..પણ એ મારી હોસ્ટેલનો છેલ્લો દિવસ હતો .એ પછી કોરોના માતાએ આજ સુધી મને મારી હોસ્ટેલ,મારા ગુરુકુળ માં જવાનો મોકો જ નથી આપ્યો..

ઓનલાઇન શિક્ષણ વિદેશોમાં તો કોરોના પહેલા પણ ચાલુ જ હતું ખરેખર ઓનલાઇન શિક્ષણનો પાયો નાખનાર એ વિદેશીઓ જ હતા કારણકે ભારતમાં હજી આ વિશેની ખાસ્સી સમજ વિકસિત થઇ નહોતી. તેના સોફ્ટવેર અને ટૂલ ભારતમાં એટલા બધા ઉપયોગમાં નહોતા.... પણ કહેવાય ને કે ભારતીય પ્રજા ભાળે એના ભુક્કા કાઢી નાખે ..

ખરેખર એવું જ થયું ઓફલાઇન શિક્ષણ શક્ય ન હતુ ... અને પછી ભણતર પણ પાછું બંધ તો ના જ કરાય.... એટલે એક જ વિકલ્પ હતો "ઓનલાઈન ક્લાસ નો"....

મારે 12th સાયન્સ પૂરું થયું... ગુજકેટ પણ પછી પરાણે પરાણે ઘણા બધા ટાઈમ ટેબલ બદલ્યા પછી અંતે કોરોના વચ્ચે લઈ લીધી.....

એન્જિનિયરિંગમાં એડમિશન પ્રકિયા ચાલુ કરી.

વાત તો આપણે ઓનલાઇન શિક્ષણની કરીએ તો બાકીના બાળકોના ક્લાસ હવે ઓનલાઇન ધીમે ધીમે ચાલુ થયા..

બધા જ માટે આ નવું અને પડકારરૂપ પણ હતું.... ન તો શિક્ષકોને કે ન તો વિદ્યાર્થીઓને આનો કોઈ અનુભવ હતો. ... બધા જ 'અટ્ઠે ગટ્ઠે' આગળ વધી રહ્યા હતા....ભારતની આ એક ખાસિયત છે ......"અટ્ઠે ગટ્ઠે"......

ધીમે ધીમે શિક્ષકોએ અને વિદ્યાર્થીઓએ ઓનલાઇન શિક્ષણમાં પોતાનો હાથ જમાવ્યો..

પછી તો બાળકો સોફ્ટવેર એક્સપર્ટ બની ગયા એમાંય ભારતીય

બાળકો ટેલેન્ટેડ તો હોય જ... કંપનીવાળાને રિપોર્ટ કરે કે ભાઈ તારા આ સોફ્ટવેરમાં અહીં આ બગ છે રિપેર કરો ...

અરે!!ભાઇ તું તારું ભણવાનું કર ને ભગા.!!

હા..... પછી તો તેમા ઘણી પારંગતતા મેળવી જાણે તેમાં તેમણે પી.એચડી

કરી લીધું હોય તેમ ઓનલાઇન ક્લાસમાં જોડાતા જાણે કોઈ મોટી કંપનીના સીઈઓ મિટિંગમાં બેઠા હોય...

શિક્ષકો હજી શીખતા હતા કે આ બધું કેમ કેમ ચલાવવું ત્યારે ભારતના ભડવીરો (વિદ્યાર્થીઓ) એડવાન્સમાં બધું શીખી ગયેલા અઠે ગઠે!!!

ઘણી બધી તકનીકો ને જુગાડ શીખી લીધેલા ઓનલાઇન ક્લાસ માટે..

પણ કહેવાય ને કે...

આપણને આપણું ફાવે

બીજા ની વસ્તુનું આપણને મેળ ના આવે..

એમ જ... એક અઠવાડિયા પછી તો વિદ્યાર્થીઓ ને શિક્ષકો બંને કંટાળ્યા... વર્ચુઅલ શિક્ષણ વિદ્યાર્થીઓના ભેજામાં સ્થાન નહોતું પામતું.. મગજના સ્ટોરેજમાં એરર આવવા લાગી હતી... ઘણા બધા પ્રોબ્લેમ આવતા હતા.... ક્યારેક નેટવર્ક આછું પાતળું થતું તો ક્યારેક સરના કેમેરા બંધ થઈ જતા.. બાળકોને કંટાળો આવતો... ક્યારેક અવાજ કપાતો તો ક્યારેક બિનજરૂરી બેકગ્રાઉન્ડ અવાજ દખલગીરી કરતો...

સમસ્યા ઓછી નહોતી વિદ્યાર્થીઓનો કંટાળો તેની ચરમસીમાએ પહોંચ્યો હતો.. આળસ નું મીટર હવે આગળ ઉપર વધતું જતું હતું... મુકો પડતું..... નથી જોઈન થાવું..... કાંઈ નથી સમજાતું..... કંટાળો આવે છે...... આંખો દુખે છે..... માથું દુખે છે.... આવા મનોમંથન ચાલુ થયા... અતિશયોક્તિ ના લીધે બહાર ઉભરો આવ્યો ને ધડામ...........

બે જ અઠવાડિયામાં ઓનલાઇન ક્લાસ ફુગાવો અને માથા નો દુખાવો બનીને રહી ગયું .....

ભણવાવાળા તો તેનો ભરપૂર ફાયદો લેતા હતા થોડીક મુશ્કેલીઓ હતી જ પણ છતાંય ,મન મારીને પણ ફાયદો લેતા હતા.

પણ....અમુક વિદ્યાર્થીઓ હું તો મારી પણ વાત આમાં કરું છું ..ખરી દ્રષ્ટિએ જોઈએ તો ખરા શિક્ષણનો સાક્ષાત્કાર કરી આપવા વાળા મારી જેવા વિદ્યાર્થીઓએ ઓનલાઇન શિક્ષણને પગના પાટે ખસેડી દીધુ.. મર્યાદા મૂકી ઓનલાઇન ક્લાસમાં મસ્તીના માળવે ચડી ગયા... શિક્ષકોના કેમેરા બંધ કરી દે.... સ્પીકર બંધ કરી દે... પછી પાછળથી કોમેન્ટ કરે સર યુ આર નોટ ઓડીબલ..... તો ભાઈ સ્પીકર બંધ કરીને કેમ ઓડીબલ થાય... શું એ ડાયરેક્ટ તારા મનમાં કનેક્ટ થાય પછી...

અમુક તો સર ને જ મીટીંગ માંથી કાઢી નાખે... ભણવું જ નથી તો સરનું મિટિંગમાં શું કામ!!

એવા મહાન વિચારો સાથે....

ક્યારેક સરને કોઈ કામ કે પછી નેટવર્ક પ્રોબ્લેમ ના લીધે મિટિંગમાં આવવાનું મોડું થાય તો ત્યાં સુધી મજાથી સરની વાતો કરતા હોય....

"અલ્યા મને નહીં લાગતું કે આજે સર મિટિંગમાં જોઈન થાય.."

"ચાલો લિવ થઈ જઈએ..."

"હા... અરે સરને કોરોના તો નથી થઈ ગયો ને!!!"

"કાલે એમનો અવાજ પણ થોડોક ભારે હતો હો.."

પણ મિત્રગણ એ ઓડિયો ના એરર ના લીધે અવાજ ભારે સંભળાતો હતો... તમારે તો તમારા શિક્ષકોને કોરોના માં ભીડી જ દેવા છે...

આ તો બધી એક રમુજ ની વાતો હતી... આવા તો ઘણા ખરા કિસ્સાઓ અને કહાનીઓ છે એક પછી એક જોઈએ...

ઓનલાઇન ક્લાસ માં શિક્ષક એક ટોપિક સમજાવી ને પૂછે કે સમજાઈ ગયું બધાંને ...

હોશિયાર છોકરા ....સમજાઇ જ જાય ....ભાઈ... ભારતીય વિદ્યાર્થીઓ.....

એકસાથે બે ત્રણ છોકરા માઇક ચાલુ કરી ને બોલે yes sir.... બે ત્રણ પાછા કૉમેન્ટ બોકસમાં લખે ..તો વળી કોઈ આજ્ઞાકારી બાળક thums up ની નિશાની આપે... પ્રોફેશનલિ.......

પછી સર કોઈ એક રેન્ડમલી વિદ્યાર્થી નું નામ બોલે અને પૂછે .....બોલ ભાઈ તને આમાં શું સમજાણું?!!....

પેલો જવાબ સડસડાટ મોઢે મારે .....'' સર ..."બધુ જ"......''

બાકી પાછા તો પડવાનું જ નહિ ...

જો પાછો પડે તો તો તેના પર એ ભારતીય ન હોવાની શંકા કુશંકાઓ થાય...

આગળ હજી ઘણી બધી યાદો છે ..જોઈએ એક પછી એક આ કોરોના માતા ની કથા માં આગળ ...

7
ગુજરાતના કોરોના વોરિયર્સ

કોરોના મહામારીએ છેલ્લા એક વર્ષથી ભારત સહિત સમગ્ર વિશ્વમાં હડકંપ મચાવી નાખ્યો હતો. દુનિયાનો એક પણ એવો ખુણો નથી કે જયાં વાયરસનું સંક્રમણ ન ફેલાયું હોય. આ વાયરસે સમગ્ર વિશ્વમાં લાખો લોકોના જીવ લીધા હતા.ભારતમાં 2 લાખ કરતાં પણ વધુ લોકોના કોરોના ના કારણે મૃત્યુ થયા હતા. ગુજરાતમાં પણ અત્યાર સુધીમાં ૭ હજાર કરતાં વધુ લોકો કોરોનાના કારણે મૃત્યુ પામ્યા હતા.

આપણે પોતાના જીવની કે કુટુંબની પરવા કર્યા વિના કામ કરતા ગુજરાતના ગૌરવ અસ્મિતા સ્વરૂપ કોરોના વોરિયર્સની ભૂમિકા ને બિરદાવીએ. જેથી તેમનું મનોબળ મજબૂત બને દેશના લોકોની સતત અને અવિરત પણે સેવા કરતા રહે.

ગુજરાતના ગૌરવ અસ્મિતા સ્વરૂપ કોરોના વોરિયર્સની ભૂમિકા કોરોના મહામારીથી લડવાનો માત્ર એક જ ઉપાય હતો સામાજિક અંતર. તેની સાથે સાથે મોઢા પર માસ્ક પહેરવુ પણ અત્યંત અનિવાર્ય હતુ. વારંવાર આલ્કોહોલ બેઝડ હેન્ડ સેનેટાઈઝર કે સાબુ થી હાથ ધુવો તેમજ પોતાના ઘર અને જાહેર સ્થળોની સ્વચ્છતા જાળવો.

ભારતમાં કોરોના મહામારીથી લડવા માટે ૨૪ માર્ચ ૨૦૨૦ના રોજ સૌપ્રથમવાર લોકડાઉન જાહેર કરવામાં આવ્યુ હતુ. ત્યારબાદ તેની મુદત અવાર-નવાર વધારવામાં આવી હતા. વિશ્વ આરોગ્ય સંસ્થાએ કોરોનાને મહામારી જાહેર કરેલ હતી. આવી મહામારીમાં લોકોની સેવા કરતા આરોગ્ય કર્મચારી, ડોક્ટર્સ, નર્સ વગેરેએ કોરોના યોદ્ધા બનીને દેશની સેવા કરી હતી.

માત્ર આરોગ્ય સ્ટાફ જ નહી પરંતુ આ કોરોના મહામારીમાં લોકોની સેવા કરતા સરકારી કર્મચારીઓ કે સ્વૈચ્છિક સંસ્થાના કાર્યકર્તાઓ પણ કોરોના વોરિયર્સ જ હતા. પોલીસ, સફાઈ કર્મચારી, રેવન્યુ કર્મચારી, આંગણવાડી વર્કર, આશા વર્કર, નગરપાલિકા-મહાનગરપાલિકા અને પંચાયત કર્મચારીઓ વગેરે બધા કોરોનાં વોરિયર્સ જ હતા.

જ્યારથી કોરોના મહામારી આવી હતી ત્યારથી આ બધા કોરોના વોરિયર્સ પોતાના પરિવારની ચિંતા કર્યા વગર સતત અને અવિરત પણે લોકોની સેવામાં કાર્યરત હતા. તેમણે પોતાનો જીવ જોખમમાં નાખીને દેશ, સમાજ અને દર્દીઓની સાચા દિલથી સેવા કરી હતી. લોકડાઉનના સમયમાં આવશ્યક ચીજવસ્તુઓ લોકોના ઘરો સુધી પુરી પાડી હતી. તેમાં કેટલાય કોરોના વોરિયર્સને પોતાનો જીવ ગુમાવવાનો પણ વારો આવ્યો હતા.

દૂધ, શાકભાજી, અનાજ ફળો વગેરે જેવી આવશ્યક ચીજવસ્તુઓ લોકડાઉનના સમયમાં પણ મળી રહી હતા. પાણી,વિજળી ,બેન્ક વગેરે આવશ્યક સુવિધાઓ લોકડાઉનના સમયમાં પણ બંધ નથી થઇ કારણ કે તેની સાથે જોડાયેલ કર્મચારીઓએ આવી વિષમ પરિસ્થિતિમાં પણ અવરોધ વિના કામ કર્યુ હતુ. આવા કોરોના કાળમાં જો તમામ ચીજવસ્તુઓ અને સેવાઓ સરળતાથી મળી રહેતી હોય તો તે પુરી પાડનાર કર્મચારીઓ તેમજ સેવકોને આપણે કોરોના યોદ્ધા રૂપે બિરદાવવા જોઇએ.

કોઇ પણ પ્રકારની સામાજિક સમસ્યાને સુનિશ્ચિત કરવામાં પુલિસ દળે ખુબ જ સરાહનીય કામગીરી કરી હતા. કોરોના સંકટ કાળમાં દેશને સુરક્ષિત રાખવા અને આવી કઠિન પરિસ્થિતીને સંભાળવામાં તેમનું ભરપુર યોગદાન હતુ. હજુ પણ સ્થિતિ સામાન્ય નહોતી થઇ. તેઓ તેમનું કર્તવ્ય સંપુર્ણ નિષ્ઠાથી બજાવી રહ્યા હતા.

માનનીય પ્રધાનમંત્રી શ્રી નરેન્દ્ર મોદી સર એ આવા કોરોના કાળમાં નિરંતર કાર્ય કરવા વાળા યોદ્ધાઓ નું સન્માન કર્યું હતુ. અને લોકોને પણ કોરોના વોરિયર્સનું સમ્માન કરવા તથા તેમને સાથ સહકાર આપવા આહવાન કર્યું હતુ.

કેન્દ્ર સરકારે સ્વાસ્થ્ય સેવા કર્મચારીઓને વીમા કવચ પુરુ પાડવાની ઘોષણા કરી હતી. ગુજરાત સરકારે પણ કોરોનાના કારણે અવસાન પામનાર કર્મચારીઓને સહાય પુરી પાડવાની જાહેરાત કરી હતી. સરકારનું આ કાર્ય પણ સરાહનિય હતુ. કારણ કે આખરે આ કોરોના વોરયર્સ આપણા સૌની સેવા કરતાં કરતાં ક્યાંક ને ક્યાંક સંક્રમણનો ભોગ બન્યા હતા. આવી સંકટ ઘડીમાં કેટલાક ડોકટરો, નર્સ, પોલીસ કર્મચારીઓ તેમની ફરજ દરમિયાન સંક્રમણનો શિકાર બન્યા તો કેટલાક લોકોને પોતાનો જીવ પણ ગુમાવવો પડયો.

આ કોરોના માહમારીમાં આરોગ્ય સ્ટાફ સૌથી ટોચના કોરોના વોરિયર્સના રૂપમાં કામ કર્યું હતા. પરંતુ આપણે તેમનું સમ્માન કરવાની જગ્યાએ તેમના પર ખોટા આરોપ પ્રત્યારોપ લાગાવવાના કાર્યમાં જ વ્યસ્ત છીએ. દરેક માનવી આવા કપરા કાળમાં આરોગ્ય કર્મચારી અને અન્ય કોરોના વોરીયર્સની મદદ કરવી એ આપણી નૈતિક જવાબદારી બને છે.

દેશના ઘણા ભાગોમાં કોરોના ફેલાવવાનો આરોપ લગાવી ડોકટરોને હેરાન કરતા હોવાના કિસ્સા પણ સામે આવ્યા હતા. ડોક્ટર સાથે મારઝુડ કરવાના બનાવ પણ બન્યા હતા. જે ખુબ જ દુઃખદ બાબત હતી.આપણે સૌ આ મહામારીમાં એકબીજાનો સાથ સહકાર આપીને લડવાનું હતુ. માટે આપણે ખોટી અફવાઓથી દુર રહેવુ જોઇએ.

સુરક્ષા કર્મચારીઓને કન્ટેનમેન્ટ ઝોન તેમજ હોસ્પિટલ ખાતે પણ તૈનાત કરવામાં આવ્યા હતા. પોલીસ માટે આ કાર્ય જોખમ ભરેલા હતા. તાજેતરમાં વેક્સિનેશન નું કાર્ય પૂરજોશમાં ચાલી રહ્યું હતુ. જેમાં રેવન્યુ તથા પંચાયત કર્મચારીઓ તેમજ શિક્ષકો પણ ગામે ગામ જઇ લોકોને સમજાવી નિષ્ઠાથી પોતાની ફરજ બજાવી રહ્યા હતા.

કોરોના વોરિયર્સને હંમેશા પોતાના પરિવારને સંક્રમિત થવાનો ભય સતાવતો હતો .તેના કારણે તેમને સંપૂર્ણ દિવસ દરમિયાન અનેક લોકોના સંપર્કમાં આવવુ પડતુ હતુ. ત્યારે આપણે આવા કોરોના વોરિયર્સનું સમ્માન કરવુ જોઇએ તેમજ તેમના કાર્ય ને બિરદાવવું જોઈએ. ઘણીવાર લોકોને અવરજવર દરમિયાન પોલીસ દ્વારા અટકાવાતાં તેઓ સાથે સંઘર્ષમાં ઉતરતા હતા. પરંતુ આપણે તેમની પરિસ્થિતીની કલ્પના પણ કરતા નથી. તે આપણા માટે રાત-દિવસ મહેનત કરતા હતા. માટે આપણે પણ તેમને સહકાર આપવો જોઇએ. સરકારશ્રી દ્વારા જાહેર કરેલ ગાઇડલાઇનનું ચુસ્તપણે પાલન કરવુ જોઇએ.

આવા કપરા કાળમાં સરકારી કચેરી, દવાખાનું, સ્કૂલો, બેંક તેમજ જાહેર સ્થળોએ સફાઇનું કામ કરતા સફાઈ કર્મચારીઓને કેમ ભૂલી શકાય. તેઓ પણ રાતદિવસ મહેનત કરીને આ બધા સ્થળોને ચોખ્ખા રાખત હતા દરેક સ્થળોને સેનેટાઇજ કરતા હતા. જેનાથી કોરોના સંક્રમણ આગળ ન વધે. સફાઇ કર્મચારીઓના આ કાર્યને પણ આપણે બિરદાવવું જોઇએ.

ગુજરાતના ગૌરવ અસ્મિતા સ્વરુપ કોરોના વોરિયર્સની ભૂમિકા હાલમાં વેક્સિનેશન ની કામગીરી પુરજોશમાં ચાલી રહી હતા. તેમાં પણ કોરોના વોરીયર્સ પોતાની મહત્ત્વપુર્ણ જવાબદારી અદા કરી રહ્યા હતા. ભારત દ્વારા વિકસાવવામાં આવેલ કોરોનાની વેક્સિન કોરોનાને અટકાવવા માં કારગર નીવડી હતા. જેને વિશ્વ આરોગ્ય સંસ્થાએ માન્યતા આપી હતા. તથા અન્ય દેશોની તુલનામાં ભારતીય વેક્સિનને વધુ અસરકારક બતાવી હતા.

કોરોના મહામારીને ડામવા માટે આપણી પાસે હવે વેકસિનનું અસ્ત્ર ઉપલબ્ધ હતુ. માટે આપણે સૌ અફવાઓથી દૂર રહીને વહેલામાં વહેલી તકે વેક્સિન લઇ લેવી જોઈએ. હજુ ગામડામાં વેકસિનેશનનું પ્રમાણ ખુબ જ ઓછુ હતુ. જેથી દરેક જિલ્લામાં વેક્સિનેશન નું પ્રમાણ વધારવા ટીમો બનાવી કામગીરી ચાલી રહેલી હતી. એવામાં ઘણા લોકો દ્વારા વેક્સીન વિશે ફેલાવવામાં આવેલી ખોટી અફવાઓના કારણે આરોગ્ય કર્મચારીઓ સાથે લોકો સંઘર્ષમાં ઉતરતા હતા. આપણે લોકોને વેકસિન લેવા માટે જાગૃત કરવા જોઇએ. તેમજ વેક્સિનેશન ની કામગીરી માટે આવતા કોરોના વોરિયર્સ સાથે સૌજન્યપૂર્ણ વ્યવહાર કરવો જોઈએ.

હું સલામ કરુ છું આવા આરોગ્ય કર્મચારી, પોલિસ, સફાઇ કર્મચારી, રેવન્યુ કર્મચારી અને દૈનિક જીવન સાથે સંકળાયેલ ચીજવસ્તુઓ ઉપલબ્ધ કરાવવા વાળા લોકોને કે જેમના કારણે આપણે આજે પોતાના ઘરોમાં સ્વસ્થ અને સુરક્ષિત છીએ. આપણે પણ એક સારા નાગરિક તરીકે રાજય દ્વારા બહાર પાડવામાં આવેલ દિશાનિર્દેશોનું પાલન કરવું જોઈએ. જેથી આપણે અને આપણા આસપાસના લોકો સુરક્ષિત રહે.

8
કોરોનાની લહેરો

છેલ્લા એક વર્ષથી સમગ્ર વિશ્વ મા કોરોના મહામારીએ ભરડો લીધો છે. દુનિયાનો એક પણ ખુણો એવો બાકી નથી કે જ્યાં કોરોનાએ એના નિશાન ના બનાવ્યાં હોય. તો ચાલો જોઇયે કોરોના ની લહેર વિશે થોડું મનોમંથન....

લહેરો સે ડર કર નૌકા, પાર નહી હોતી
કોશિશ કરને વાલો કી, કભી હાર નહીં હોતી
સમયના વહેણે ઘણુ બધુ શિખવાડયુ, ન જોવાનું જોવડાવ્યું, ઘડીક એમ થાય ૨૦૧૯-૨૦ નો એ સમય જે કોરોનાની પહેલી લહેર આપણે સફળતાથી પાર કરી, આર્થિક નુકશાન તો ઘણુ થયુ પરંતુ કૌટુંબિક (વ્યકિત) એમ કહીએ તો જાન નું નુકસાન ન થયું અને આપણે સૌ નિશ્ચિત થઇ ગયા અને જાણે કોરોના દેશ છોડી ચાલ્યો ગયો હોય તેમ માસ્ક, સામાજિક અંતર, સેનેટાઇઝરના નિયમો ભુલી ગયા હતા. અને કાળમુખો કોરોના જાણે કોઇ લાંબીકુદનો ખેલાડી કુદકો મારવા પહેલાં પાછળ જાય અને તકની રાહ જોઈ એક લાંબી છલાંગ લગાવે તેમ કોરોનાએ ૨૦૨૧માં જે મોતનો તાંડવ રમ્યો જેમાં લગભગ દેશના તમામ લોકો ભોગ બન્યા. કોઇએ પોતાના ઘરના મોભી ગુમાવ્યા, તો કોઈએ પોતાના જીવનસાથી તો ઘણાએ પોતાના મિત્રો ગુમાવ્યા.

ઘણા એવા પણ કિસ્સા વાંચવા મળ્યા કે જેમાં એક જ ઘરમાં એક થી વધુ વ્યક્તિઓએ પોતાના જીવ ગુમાવ્યા, ઘણા ઘરોમાં મા-બાપ વિના નાના બાળકો એકલા અટુલા પડી ગયા. તો કેટલાક એવા પણ કિસ્સા વાંચવા મળ્યા જેમાં માત્ર ગાડી બંગલા અને ઘરના ઝાડવા જ રહ્યા તેનું સુખ મહાલનારુ કોઇ જ ન રહ્યું. આવા સમાચાર વાંચીને માત્ર મનમાં કલ્પના કરીએ તો પણ કેટલી ભયાનક લાગે છે નહી, ભગવાન ન કરે એવા દિવસો આપણા દુશ્મનને પણ જોવા મળે.

જેમ દરિયાનું પહેલુ મોજુ (લહેર) થોડી નાની અને નુકસાન કારક ના હોય પરંતુ બીજી લહેર પહેલીથી વધુ મજબુત અને જીવલેણ નીકળી. હવે માંડ-માંડ બધું શાંત થયુ છે. પરંતુ દેશવાસીઓએ એમના સમજવુ કે બીજી લહેર એ છેલ્લી(આખરી) લહેર હોય. હવે કોરોના ની લહેર આવશે કે નહી એ એ તો ઇશ્વર ને જ ખબર.

પરંતુ લહેર આવે જ નહી અને કદાચ લહેર આવે પણ તો આપણે પોતાની, પોતાના પરિવારની, પોતાના સમાજ અને પોતાના રાષ્ટ્રની ચિંતા કરવી જ પડશે સૌએ. જેમ સરહદ પર આપણા સૈનિક ૨૪ કલાક સચેત રહી ધ્યાન રાખે ,આપણા જીવ માટે પોતાનો જીવ આપવા તત્પર રહે તેમ દેશના દરેક નાગરિકે આગામી લાંબા સમય માટે કોરોના સામેના હથિયાર જેમ કે માસ્કનો નિયમો મુજબ ઉપયોગ, સામાજિક અંતર, સેનિટાઇઝર, અને બને ત્યાં સુધી બિન જરૂરી મેળાવડા ન કરવા અને હા ફરજીયાત વેકસિન તો લેવી જ. આ તમામ હથિયારો એ હોડી સમાન છે જ કોરોનાની કોરોના બીજી લહેર જ નહીં ત્રીજી, ચોથી, પાંચમી, છઠી અને આવનારા કોરોના કે તેના જેવા જ અન્ય વાયરસ (વિષાણુજન્ય) રોગો સામે આપણને રક્ષણ આપશે અને મનુષ્ય જાતને કિનારે પહોંચાડશે.

કોરોના ની લહેર આવશે કે નહીં તે ચિંતા કરીને હમણાં થી જ શરીરને પાતળું પાડવાની જરૂર નથી. પરંતુ એમ કહેવાય છે ને કે ”ચેતતા નર સદા સુખી” એમ હમણાંથી સાવચેત રાખવાની અને તકેદારી

રાખવાની જરૂર છે. ડબલ્યુએચઓ સહિત વિશ્વના અલગ-અલગ દેશોની આરોગ્ય સંસ્થાઓએ કોરોના ની આગામી લહેર બાળકો માટે ભયાનક હશે એવું અનુમાન લગાવ્યુ છે. ત્યારે ચાલો આપણે ભેગા "ન" મળી કોરોનાને હરાવિયે. પ્રકૃતિનું રક્ષણ કરીએ. કોરોના લહેરને આવતા ટાળીએ.

૧
લોકડાઉન વાર્તાઓ

વર્ષ બે હજાર વીસ, બસ પોતાના નામ પ્રમાણે જ ઝડપી આવ્યું અને ઝડપથી પતી ગયું પણ સાથે સાથે લોકો પાસેથી ઘણું બધું છીનવી ગયું. મનની શાંતિ, નોકરી, ધંધાપાણી, સંબંધ, આરોગ્ય, પરિવાર નજીકના સભ્યો, અંગત પરિવારજનો અને આવું ઘણું બધું. 'પહેલો સગો પડોશી' આ કહેવતને પણ મોટાભાગના રહેઠાણ વિસ્તારોએ ખોટી પાડી. જ્યાં પોતાના જ પરિવારના સભ્ય સાથ ન આપી શકે કે સાથે ન રહી શકે તો એ વર્ષને કાળા અક્ષરમાં લખ્યા સિવાય છૂટકો નથી.

૩૧ ડિસેમ્બર ૨૦૧૯ ના રોજ રાતે ૧૨ વાગે લોકોએ હર વર્ષની જેમ વર્ષ ૨૦૨૦ નો આવકાર કર્યો હતો અને વર્ષોથી વર્ષના પહેલા દિવસે લેવામાં આવતા સંકલ્પ સાથે નવા વર્ષની શરુઆત કરી હતી. વર્ષની શરુઆતના બે મહિના દર વર્ષની જેમ જાહોજહાલી ભર્યા હતા. કોઈક ને ઘર લેવું હતું, કોઈક ને ગાડી, કોઈને લગ્ન કે બીજા પ્રસંગો કરવા હતા, કોઈ ને ભણવા ફોરેન જવું હતું. નોકરીમાં પ્રમોશન કે ધંધાનો નવો વિકાસ કરવાના સપના સાથે આગળ વધવાની ધગશ થકી માણસ આકાશમાં ઉડવાનું વિચારી રહ્યો હતો ને ત્યાં સમંદરની એક લહેર આવી અને કિનારે બાંધેલા માટીના મકાનો(સપનાઓ) જમીનદોસ્ત કરી ગઈ. ખોવાયેલું મળે ગુમાવેલું ક્યાંથી મેળવવું આ પ્રશ્ન સાથે ઘણું બધું વિખૂટું પડ્યું.

વર્ષ દરમ્યાન ઘણા નિયમો બન્યા, આપણે પણ બનાવ્યા, તૂટ્યા ને તોડ્યા પણ ખરા. નવા રોગની સાથે નવી શોધો થઈ. શું સાચું શું ખોટું એમાં આપણા જ પોતાના મંતવ્યો જુદા પડ્યા. માનસિક તાણ વધી, આરોગ્ય ખોરવાયું, નોકરીઓ ગઈ, ધંધામાં નુકશાન થયું, આત્મહત્યાઓનું પ્રમાણ વધ્યું. એક ન દેખાતી વસ્તુએ ઘણું બધું ગાયબ કરી નાખ્યું અને પોતાનું અસ્તિત્વ બતાવી દીધું. અતિ સ્વસ્થ માણસોને પણ મન અને તનથી ડરાવી દીધા. સામાન્ય ખાંસી જેની કોઈ દરકાર નતું લેતું એ શંકાસ્પદ વસ્તુમાં આગવું સ્થાન મેળવી ગયું. ઘડીક થાય ને સેનીટાઇઝર ઘસવાનું, આપણા જ ઉચ્છવાસને શ્વાસ બનાવવો પડ્યો. ઘરમાં કોઈને ખાલી તાવ આવે ત્યાં તો આપણોય શ્વાસ ઊંચો થઈ જાય એમાંય જો કોઈને હોસ્પિટલમાં દાખલ કરીએ તો હાથમાં માળા ફરતી થઈ જાય.

મકાન માટે લીધેલી લોનના હપ્તા સામે ગુમાવેલી નોકરીવાળા વ્યક્તિને કોઈ પૂછે કે તબિયત કેમ છે? તો જવાબ શું આપવો એ કદાચ એ વ્યક્તિ જ જણાવી શકે. કોઈ નિરોગી વ્યક્તિ વિશે જાણતા હોઈએ ને ત્યાં સમાચાર આવે કે વ્યક્તિ હવે સંસારમાં રહી નથી તો એ વેદના , એ પળ વિચારવાથી જ હાંફી જવાય. જે પરિવાર જોડે ઘરના સભ્યો વર્ષોથી પ્રેમપૂર્વક રહ્યા હોય એ જ ઓરમાયું વર્તન કરે તો જાણે લાગે કે સમયે તમને થોડાક દિવસ માટે મોત આપી દીધું છે. અને આજ ખરો સમય છે જ્યાં માણસ સૌથી વધુ ડરેલ રહે છે. બીજા કોઈને તકલીફ હોય અને આપણે રિપોર્ટ પણ કરાવીએ કદાચ આવું ૨૦૨૦ માં જ શક્ય બન્યું હશે.

'બીત ગઈ સો બાત ગઈ' બસ આ વાત સાથે જ નવા વર્ષ 2022 તરફ પ્રયાણ કરી રહ્યા છીએ. જેમ કહે છે ને 'જાન હૈ તો જહાંન હૈ' ફરી તાજગીભર્યા શ્વાસ સાથે, નવી શરૂઆત કરીશું, નવા સપના જોઈએ, નવી ગાડી લઈશું, નવું મકાન કે નોકરી શોધીશું, ધંધાનો બમણો વિકાસ કરશું, તબિયત સાચવીશું, જીવ બચાવશું, મનની શાંતિ મેળવીશું, પડોશી સાથે બગડેલા સંબંધો સુધારશું, પરિવારજનોનું ધ્યાન રાખશું, અંગત માણસોનો વધુ ખ્યાલ રાખશું, દરિયા કિનારે ફરી માટીના મકાનો(સપનાઓ) બાંધશું. એક સમંદરની લહેર જે ઘણું બધું બરબાદ કરી ગઈ તેની સામે હવે એક આભમાં નવું સૂર્યકિરણ પણ હશે

અને વર્ષ 2022 નું ઉમળકાભર્યું સ્વાગત કરીશું અને સાબિત કરીશું કે, ભલે તું માનવસર્જિત હોય કે કુદરતસર્જિત, હજીય પણ કુદરતસર્જિત બ્રહ્માંડની સર્વશ્રેષ્ઠ સર્જનતા છે 'માણસ' જેને કોઈ વર્ષ ૨૦૨૦ હચમચાવી દે એમ નથી...

અંતિમ સ્પર્શ:

આટલા વર્ષનું મેળવેલું ૨૦૨૦, તે સામટું વાળી દીધું,
મેંય બદલો લઈ લીધો, તારા નામનું કેલેન્ડર ફાડી દીધું.

❧

• ચા સાથે માસ્ક (મસ્કાબન નહિ ..)

લોકડાઉન નો દિવસ. ઉકળતી ચાની તપેલી રસોડામાંથી બહાર આવી. રકાબીમાં પીરસાઇ, જાણે મખમલી ચાદર પર ગુલાબની પાંખડીઓ...તરબતર રસ ને મસાલાથી ભરપૂર ચા સાથે છાપું ઊઘડ્યું. ચાર રૂપિયાના સમાચારપત્રમાં ખબરો વાંચી. કાલ સુધી તો માસ્કમાં સોના ચાંદી ઉમેરાઈ ગયા હતા અને આજે હવે એમાં હીરાની જડત વાંચી, આનંદ થયો.

જાણતા-અજાણતા ચા સાથે માસ્કની સરખામણી થઈ ગઈ. કેવી જોરદાર વાત છે ચા ને પીરસવાની પણ. ઘરમાં ચા રકાબીમાં, ઓફિસમાં સોફ્રીસ્ટીકેટેડ મગ કે કપમાં, કીટલી/રેકડી/ટપરી પર બાટલી સોડાના રિયુઝેબલ ગ્લાસમાં પીવાય, કોઈકના મેરેજમાં થર્મોકોલ ગ્લાસમાં અને રેસ્ટોરન્ટમાં.... ખ્યાલ નહિ મને યાદ નથી કે ક્યારેય રેસ્ટોરન્ટમાં ગયા હોઈએ ને ચા મંગાવી હોય, ગુજરાતી સ્વભાવ યાદ દેવડાવે....આટલી મોંઘી તો કંઈ પીવાતી હશે, બહાર જઈને પી લેશું, લીંબુ સોડાને પણ રેસ્ટોરન્ટમાં જલ્દી જશ નથી મળતો. આ બધાના ચક્કરમાં ભુલાઈ જ ગયું કે મહત્વ ચા નું હતું, બાકી બધી સગવડો અને ખર્ચ (કદાચ દેખાડો) કરવાના કારણો. બે રૂપિયાના માસ્કને પણ લોકો સગવડ પ્રમાણે કાપડ, ફિલ્ટર, લેયર, સોના, ચાંદી, અને ઠેક હીરા સુધી લઈ ગયા. પણ ક્યાં પહેરવું એ હજુ લોકોને શીખવવું પડે એમ છે. બધી વાત સાચી પણ એક પ્રશ્ન હજીય કોયડો જ

છે બહાર દસ રૂપિયાની ચા પીવા ભેગા થઈશું અને માસ્ક ગળે હશે તો આ ચા એક હજારમાં પડશે, કદાચ રેસ્ટોરન્ટમાં ચા પીવાનું સપનું આ રીતે પૂર્ણ થઈ શકશે.

☙

• ટૂંકી વાત: લૉકડાઉનની પિસ્તા સ્ટોરી

લૉકડાઉન મા રાત્રે જમ્યા પછી એક વાડકીમાં પિસ્તા લઈને ખાવા બેઠો. હા, ખ્યાલ છે રાત કરતા સવારે ડ્રાયફ્રુટ ખાવું સારું. પણ ચાલે શરીરને આઈડિયા આવી ગયો છે કે અત્યારે રાત દિવસ સરખા જ છે. જમીને સહેજ લંબાઈને મુખવાસની જગ્યાએ પિસ્તા આરોગવા બેઠો, પેટને સહેજ દબાવ્યું ટેબલની જેમ સમથળ કર્યું અને પિસ્તા ભરેલી વાડકીની ગોઠવણ કરી. જીમમાં ન જવા છતાંય પેટ એટલું બધુંય નથી વધી ગયું કે પિસ્તાની વાડકી ગબડી પડે. બંધ થયેલા થિયેટર પછી માઈક્રોકન્ટેઈન્મેન્ટ ઝોનમાં કોઈ મુવી જોવાતું હોય એમ મોબાઇલની ગોઠવણ કરી. એક બાજુ પ્રાઈમ ફોક્સ મુવી અને બીજું બાજુ વધારેલી ધાણીની જગ્યાએ ખારા પિસ્તા (જે હોય એનાથી ચલાવું પડે ભાઈ). આંખોને બીજા કામે લગાડીતી, હાથ પોતાના કામે લાગ્યા તા, જીભ, મોં અને પેટની તો ડિમાન્ડ હતી એટલે એ તો પહેલેથી જ કાર્યરત હતા. પાંચ મિનિટ તો પ્રોસેસ સરળ રહી પછી એક ભૂલ થઈ એવું લાગ્યું. ફોતરાં આજ વાડકીમાં ન'તા નાખવાના ચાર. હવે જેટલીવાર હાથ નાખીએ એટલી વાર ફોતરાં જ હાથમાં આવે. ચાર પાંચ પ્રયત્ન પછી એક પિસ્તુ (એકવચન આજ થતું હશે નહિ!) હાથમાં આવ્યું, પણ ઓછ બોલું લાગ્યું એનું મોં બંધ હતું, જાણે અડધી રાતે કોઈને ઊંઘમાંથી જગાડ્યું હોય અને ઝીણી આંખે જોતું હોય એટલી જ પાતળી જગ્યા. જાણે કહેતું હોય કે પ્રભુ દ્વાર ઉઘાડો. આપડે પાછ હોંશિયાર...સોશિયલ મીડિયા પર જોયેલો એક વિડિયો યાદ આવ્યો જેમાં શીખવ્યું તું કે પાર્શિયલ લોક થયેલા પિસ્તાને ફોલેલા પિસ્તાના ફોતરાંથી કેમ કરી અનલોક કરવું (યાદ આવ્યું ને). કદાચ આઈફોન ના ખુલે પણ આ તો પિસ્તુ છે, ખુલશે જ એ આશા સાથે વાડકીમાં ફોતરાં માટે હાથ નાખ્યો.

ત્રણ વખત પ્રયત્ન કર્યો અને ત્રણેય વખત ફોતરાંની જગ્યાએ બચેલા ત્રણ પિસ્તા જ વારાફરતી હાથમાં આવ્યા. દરેક પિસ્તુ જાણે કહેતું હોય કે દોસ્ત, દરેક વખતે આપડે ધારીએ એવું ના પણ થાય, કદીક જે જોઈએ એનાથી ઉલટું જ મળે. ક્યારેક પિસ્તાની શોધમાં ફોતરાં મળેને ક્યારેક ફોતરાં માંગીએ તો પિસ્તા મળે. ત્રણ પિસ્તાને બાજુમાં મૂકી વાત લખવાનું મન થયું...ચાલો ફોતરાં નાખી આવું...પાછી વાડકી પણ આપડે જ ધોવાની છેને...બોલો!

૦૭

• સાયકલ મારી સરરર ગઈ...

આ વાત કોઇ લોકડાઉન ને લગતી તો નથી ..પણ આ મારી એક ખાસ હાસ્ય વાત છે.વાંચી ને મજા આવશે

કોઈ જંતુનાશક દવાની જાહેરાતની ભાષામાં કહીએ તો લગભગ નવ્વાણું પોઇન્ટ નવાણું ટકા લોકોનું પહેલું વાહન એટલે સાયકલ, જેમાં ના કોઈ લાઇસન્સની જરૂર, ન કોઈ કાગળિયાની. મજાની વસ્તુ એ કે ઉંમર પ્રમાણે પૈડાંની સંખ્યામાં વધઘટ થતી જાય. ચાલો જોઈએ કેવી રીતે...

જેમ કે બાળપણમાં પહેલી સાઇકલ (ટ્રાઇસીકલ) માં ત્રણ પૈડાં, બ્રેક વગર ચલાવવાની અને ક્યાંક અથડાઈને આનંદ લેવાનો. કદાચ પગથી બ્રેક મારવાની સ્ટાઈલનું આ પહેલું પગથિયું ત્યારથી જ વાવેલું હશે. પડો તોય વાગે નહિ, સિંગલ સવારીની સીટ, કોઈને બેસવા દેવાના નહિ, હા ધક્કો મારવો હોય તો અલગ વાત છે.

થોડા મોટા થઈએ એટલે બેલેન્સ વ્હીલવાળી સાયકલ. ચાર પૈડાંવાળું પ્રથમ વ્હીકલ, આ ગાડી-બાડી બધું પછી આવ્યુ હે.. કે, બાકી બધાની જોડે બાળપણથી જ ફોરવ્હીલર હોય છે. ડાબી જમણી બાજુ ન પડવામાં મદદરૂપ થતા બેલેન્સ વ્હીલસ, સપોર્ટ સિસ્ટમ કેવી રીતે કામ કરે એ શીખવે. બસ સાયકલમાં થોડુંક બેલેન્સ આવી જાય એટલે એક બેલેન્સ વ્હીલને અલગ કરવાનું સાહસિક પગલું બાળપણથી જ લેવાઈ જાય છે. ચાર પૈડાવાળું વાહન વળી પાછું ત્રણ પૈડાંવાળું બની જાય

અને એકતરફી વજન આપી દોડે, જેમ જ્યારે ગેસનો બાટલો જમણા હાથે ઉંચેકેલો હોય ત્યારે બાકીનું શરીર ડાબી બાજુ આપમેળે ઢળી જાય છે એમ જ ડાબું વ્હીલ કાઢ્યું હોય તો જમણી બાજુ સાયકલ આપમેળે નમી જાય.

થોડોક સમય જાય અને બીજું સપોર્ટ વ્હીલ નીકળે અને જીવનની પહેલી પરીક્ષા શરૂ જેમાં બધા નાપાસ થાય. સાયકલ પરથી પડતા હસવુઅને રડવુ બન્ને આવે, ક્યારેક ઈજા પણ થાય, ફરી ઉભા થઈએ, ફરી પડીએ, ફરી ઉભા થઈએ, એક વખત એવો આવે કે જ્યારે પગભર માણસ સાયકલભર થઈ ગયો હોય. ના પડવાનો ડર અને બેઝિક લેવલ પાસ કરી કોઈ એડવાન્સ લેવલે જ જાય અને માણસ બાવીસ કે ચોવીસ ઇંચની સાયકલ ખરીદે. સાયકલ પસંદગીમાં પણ કેવું ગજબ કહેવાય નહીં, બાળપણમાં ગમે તે સાયકલ મળે એ ગમે જ અને મોટા થયા પછી ચોઇસ મળેને માણસ ગૂંચવાય. આગળ જમ્પરવાળી, બે જમ્પરવાળી, ગીયરવાળી, જાડા કે પતલા ટાયરવાળી, કેરિયર, સાઈડ સ્ટેન્ડ બધા ઓપશનની ચકાસણી પછી જ મન ગમતી સાયકલ લે અને નીકળી પડે મસ્ત હવાનો આનંદ લેવા. સીટ ઊંચી નીચી બરાબર છે પણ સ્પ્રિંગવાળી સીટ, હદ થાય છે માર્કેટિંગમાં પણ...

સાયન્સ, કોમર્સ કે આર્ટસ .ભણતર ગમે તે પ્રવાહમાં કરે, પણ દરેક વિધાર્થી ઓટોમોબાઇલ એન્જીનીયર તો પોતાની સાયકલની ચેન ચઢાવીને થઈ જ ગયો હોય છે. પાછળની ચેન ઉતરે એટલે આગળની ચેન ચક્કરમાંથી ઉતારી, પાછળની ચઢાવવાની એ માર્ગદર્શન લગભગ દરેકની ગળથુથીમાં હશે જ. માપ વગરની હવા, વાલ્વપીનમાં લાગેલું એક ઇંચનું રબર અને પંચરના થિંગડા સાથેનો સાયકલને સ્મૂથ ચલાવવાનો અનુભવ કઈ આજનો ટ્યુબલેસ ટાયરવાળો જમાનો ના સમજી શકે. ટ્યૂબ અને ટાયરનો ભેદ કદાચ એક સાયકલવાળો જ સમજી શકે. બાઈકમાંય વાલ્વ કપાઈ ગયો છે એટલે ટ્યૂબ બદલવી પડશે આવો કિસ્સો કદી સાયકલમાં ગેરવલ્લે જ બને. ડામાડોળ થતી સાયકલ વ્હીલ થ્રુ કરાવવા જઈએ ત્યારે સાયકલવાળો તૂટેલા સ્પોક એક રૂપિયો થશે, ત્યારે ઈચ્છા રાખીએ કે બે ચાર જ સ્પોક તૂટે. આડકતરી રીતે સાયકલ પૈસાની બચતનો કોન્સેપ્ટ પણ સમજાવી જાય. લેડીઝ અને જેન્ટ્સ સાયકલનો ભેદ પણ રંગ અને

એક ડંડાથી થતો. ડંડો વિકર્ણમાં રાખો તો લેડીઝ અને આડો રાખો તો જેન્ટ્સ સાયકલ. આવો ભેદ ઉજાગર કરનાર વ્યક્તિ પણ કોઈ કલાકાર જ હશે...નહીં?

કોલેજમાં આવ્યા પછી નવું બાઇક કે ટુ વ્હીલર આવી જાય, હેલ્મેટ કરતા ગોગલ્સ વધુ કિંમતી હોય. રિલેક્સ થઈ બાઇક કે અન્ય ટુ વ્હીલર ચલાવતી વખતે ક્યારેય સાયકલનો આભાર માનવાનો વિચારે નહિ આવ્યો હોય કે આ બેલેન્સ ક્યાંથી રહે છે. હવા નીકળેલી અને પંખાના સ્ક્રુ નીકળેલી સાયકલ, ઘરની બહાર એવી રીતે પડી હોય જાણે કોઈ નવી પરણેલી દુલહન હમણાં જ વિધવા થઈ હોય, ના સાસરી પક્ષ સાચવે ના પિયરપક્ષ. રોજેરોજ કાટ ચડતો જાય પણ વેચવાય કોઈ ના જાય. એક દિવસ સાયકલનું નામ બદલાઈ ભંગાર થઈ ગયું હોય. આખરે પાંચસો થી હજાર કે મફતના ભાવે બાળપણની પહેલી યાદ વિદાય લઈ લે. સાથે સાથે છૂટા હાથે ચલાવેલી, સમયાંતરે ઊંચાઈ પ્રમાણે સીટ ઊંચી કરવાની, ઉભા થઇ ચલાવેલી પળો પણ વિદાય લઈ લે છે.

વાત કઈ એમ થોડી પુરી થાય. કોલેજ પુરી થયા પછી જોબ લાગે, બાઇક કે કાર પર જિંદગી પુરપાટ વેગે જતી હોય અને પાછી મનમાં અચાનક ચાનક ચડે. કમર, પેટ અને વધેલા થાપા, મગજ ને ગેરમાર્ગે દોરે. ફરી સાયકલ લેવાનું મન કરાવે. હવે તો પૈસા ય હોય, સારામાં સારી સાયકલ લઈ શકીએ પણ એને ચલાવવાનું મજબૂત મનોબળ હજુય ના મળે. શિયાળો આવવા દો, આ વખતે સાયકલ લઈ સવારે ચલાવવા જઈશું ના ખોટા વાયદા થાય. ગુલાબી શિયાળો અને ગરમ રજાઈ, સાયકલની અને લીધેલા પ્રણની પથારી ફેરવી દે. ના લો એ જ સારું છે, નવી વહુ ના નવ દહાડા, પાછી એને આપણે વિધવા જ કરવાના છીએ. આસપાસ જુઓ તો ખ્યાલ આવે કે ગણાગાંઠિયા લોકો (બાળકો સિવાય) સાયકલ પર જોવા મળે.

ઉંમર અને માનસિક તાણ વધ્યા પછી રિપોર્ટ્સ થાય. પ્રેશર, ડાયાબિટીસ, થાઇરોઇડ, કોલેસ્ટ્રોલનો કે બધા રિપોર્ટ ખરાબ આવે એટલે જિમ સૂઝે. ત્યાંય પાછી સાયકલ મળે. ત્રણ પૈડાંથી, ચાર પૈડાં, પાછી ત્રણ પૈડાં, પાછી બે પૈડાં થી સફર ખેડી માણસની જાત એક પૈડાંવાળી સાયકલ પર અટકે. બસ ફરક એટલો જ હોય કે અહીં પેન્ડલ

વધુ મારવાના હોય છે પણ એક ડગલુંય આગળ વધી શકતા નથી. કદાચ બાળપણની ત્રણ પૈડાવાળી કે બેલેન્સવ્હીલવાળી સાયકલનો આનંદ છોડી એક પૈડાંવાળી સાયકલ મજબૂરી બને જે કદી આનંદ નથી આપી શકતી અને જીવનના પૈડાં સાયકલના બે પૈડાં આગળ ટકી નથી શકતા અને જીવનનું બેલેન્સ ઓછું થતું જાય છે. ઓઇલીંગ કર્યા વગરની સાયકલને લોકની જેમ જીવનમાં અંતે તાળું લાગે.

અંતિમ સ્પર્શ:

ના ગજવામાં પાકીટ, ના ઘડિયાળ, ના કોઈ બીમારી,
ને તોય જિંદગીનો લ્હાવો આપતી સાયકલની સવારી.

෧

- વાર્તા: શબ્દો રોકતું માસ્ક

'એલા ટેણીયા, માસ્ક પહેરને!' 'દાદા, આ કોરોના ફોરોના મારું કઈ ના બગાડી શકે.' 'કેમ? તું કાંઈ રાજા છે?' 'એ તો ખબર નથી પણ ચાર વર્ષનો હતો ત્યારે મારા બાપાએ મારી મા ને મારી દીધી, બાપા જેલમાં છે, સગાંવહાલાંનો સાથ નથી, બે મહિનાથી ચાવાળા એ છૂટો કરી દીધો છે, ત્રણ દિવસથી પેટ ભરીને ખાધું નથી અને તડકામાં જૂતા વગર બે ચાર જણા જે કઈ ભીખમાં આપે એનાથી ચલાવી લવ છું. આઠ વર્ષ જીવી ગયો તો કોરોના તો બેચાર મહિનાનો ઘરાક છે.' દાદાના શબ્દો માસ્કમાંથી બહાર ના નીકળી શક્યા. કદાચ સામે કોઈ તકલીફો પર રાજ કરી રહ્યું હતું.

෧

- લોકોને લોકડાઉન સમય દરમ્યાન મળેલ શીખ કે અનુભવ:

- જરૂરિયાતો મર્યાદિત છે
- દુનિયા ઈન્ટરનેટથી ચાલી જાય એમ છે

- (પુરુષ સ્પેશિયલ) વાળ કપાવવા માટેનો સમયગાળો એક મહિનાના બદલે બે મહિના કરી શકાય
- આખો ઉનાળો નીકળી ગયો
- પહેલો સગો પાડોશી અથવા પહેલો દુશ્મન પાડોશી
- રૂબરૂ રોજ મળતા દોસ્તારોના પાંચ ફોન...ના પણ આવે.
- જેલના કેદી ને ઝુ ના પ્રાણીની હાલત નો સાક્ષાત અનુભવ
- સવાર અને રાતમાં ઝાઝો ફરક નથી
- જુના કપડાં માપથી થવા લાગ્યા...વધઘટ માપ અનુસાર
- નાહવાનો સમય ગમે ત્યારે હોઈ શકે
- રસોડામાં પડેલી એકએક વસ્તુઓની જગ્યા યાદ રહી ગઈ
- બાકી હતા એ મુવી કે વેબ સિરીઝ જોવાની પુરી થઈ ગઈ
- તકલીફ દરેકની જુદી જુદી હોય છે
- વિડીયો કોલિંગ વખતે દાઢી કરીએ તો ચાલે (પુરુષ સ્પેશિયલ)
- મેકઅપનો ખર્ચો બચી ગયો (સ્ત્રી સ્પેશિયલ)
- માત્ર બાળક નહિ મોટા પણ જિદ્દી હોય છે
- માણસાઈ હજ્ય જીવે છે
- આ દુનિયા હજુય કોઈક ચલાવે છે
- માણસજાત શૂન્ય છે અને એની કુદરત આગળ કોઈ ઔકાત નથી
- આ લિસ્ટ અધૂરું છે, આપ પૂરું કરી શકો છો.

❧

• અને એક હોય છે રિયાલિટી...

લોકડાઉનથી સતત ઘેરાયેલા વાદળો વચ્ચે વરસાદના ટીપાં ની જેમ વરસતા હકારાત્મક વિચારોની વણઝાર માણસોને વિચારતા કરી દે છે. એક સરસ કહેવત છે કે, "અતિ ને નહિ ગતિ" એટલે કે કોઈ પણ વસ્તુનો અતિરેક અયોગ્ય છે. સાદું ઉદાહરણ એ જ કે ઘણા લોકો કહે છે પુષ્કળ પાણી પીવો. આપણાં માનવશરીરની બનાવટ જ એવી છે કે પાણીની અછત લાગતા તરસ લાગે છે. ડિહાઇડ્રેશનના કેસ નાના બાળકો અને વૃદ્ધોમાં બનવાની શક્યતા વધુ છે. ચાર લિટરના પાણીના

નિયમો ખાલી વારંવાર બાથરૂમના જ રસ્તા દેખાડશે. કિડનીને કારણ વગર કામ કરાવવું એ પણ એને ટોર્ચર કરવા જેવી જ બાબત છે. કિડનીનું કામ શરીરની અશુદ્ધિઓ બહાર કાઢવાનું છે. હવે કચરો સાફ થઈ ગયા પછી જેમાં પાણી નાખી ફેરવ ફેરવ કરવી એટલે એવું સમજવાનું કે વોશિંગ મશીનમાં પાણી ભરી, કપડાં નાખ્યા વગર ખાલી ચકેડી ફેરવવી. હવે એ વાતને યોગ્ય કહી શકાય?

પ્રવચનો સાંભળી મન હકારાત્મક કરવાના પ્રયત્નમાં માણસ કદીક વધું ઊંડો ઉતરતો જાય અને પછી ડૂબતો જાય છે. જીવનમાં બનતી દરેક ઘટના પોઝિટિવ લેવી શક્ય જ નથી. જો એમ બને તો માણસમાં ગુસ્સો, અહંકાર, રુદન, અફસોસ, સંવેદના, કરુણા બધી જ લાગણીઓ નાશ પામે. ઈશ્વર પણ જ્યારે માનવ જન્મ લઈ જીવ્યો ત્યારે એ પણ આ બધાથી પર ના થઇ શક્યો. એક વિચાર છે જેવો ગણો એને હકારાત્મક કે નકારાત્મક આપની મરજી 'ઉપદેશો સાંભળી જીવનમાં અમલ કરવો શક્ય નથી.' કારણ એ જ કે સલાહ આપવી અને સલાહ સાંભળવી એ બન્ને અલગ વસ્તુ છે. કોઈ ઘટના બન્યા બાદ કોઈને સૂચન આપવુ ખૂબ જ સહેલું છે. જે પરિસ્થિતિમાં નિર્ણય લેવાનો હોય ત્યારે આપણે પણ ગૂંચવાઈ જઈએ છીએ. ખંતપૂર્વક કામ કરનાર માણસનું મન આપોઆપ જ સારા વિચારો તરફ વળી જાય છે અને એનું એક માત્ર કારણ એકાગ્રતા છે. મીણબત્તીને ધારી ધારી જોઈ એકાગ્રતા ઉજાગર કરવાની રીત વિશે સાંભળ્યું હશે. એ જ માઇન્ડફુલનેસ. આ બધી વસ્તુ અંતે એક જ જગ્યાએ અટકે છે. કોઈ એક જ વસ્તુ પર...જે કોઈ પણ કામ હોઈ શકે, મનને શાંત કરે છે, ભલે ને પછી કચરો વાળવાનું કામ પણ કેમ ના હોય, એકાગ્રતાપૂર્વક થાય તો મનનો કચરોય સાફ થઈ જાય.

સતત પોઝિટિવિટીની વાતોથી મન સહેજપણ નેગેટીવી સહન કરી શકતું નથી. માણસ પોતાની જવાબદારીથી ભાગવાનું શરૂ કરે છે અને કહે કે નેગેટીવીથી દુર રહેવાનું. વધુ પડતા હકારાત્મક કે નકારાત્મક વિચારો નુકશાનકારક જ છે. બીજાને સમજાવવા માટે હકારાત્મક વિચારો ખરા સમયે સુજતા નથી. વાહનમાં પેટ્રોલ ન હોય અને સતત પોઝિટિવ વિચારો કરીએ કે વાહન ચાલુ થઈ જશે તો એવા માણસને તમે શું કહેશો? મૂરખ.... કેમ? તમે વાસ્તવિક્તા ને મહત્વ આપ્યું છે. દરેક પરિસ્થિતિ હકારાત્મક કે નકારાત્મક જ નથી હોતી. પણ અમુક

વસ્તુ/વ્યક્તિ/ઘટના વાસ્તવિક હોય છે જેનો પહેલો ઉપાય ખાલી સ્વીકારનો જ છે. સ્વીકાર પછી જ અસલ ઉપાય મળે. કોઈને તાવ આવે ને પેરાસીટામોલ લઈ લેવાની કહેવું સહેલું છે ને ખુદને તાવ આવે ત્યારે વધારે ગોળીઓ ના લેવાય બસ આવા જ હકારાત્મક ને નકારાત્મક વિચારો વચ્ચે માનવમન ગુંચવાયેલ છે.

વધુ પડતા પ્રેરણાત્મક વિચારો, સતત નાસીપાસ કરે છે. એક ખૂબ જ સારું ઉદાહરણ આપું. ખૂબ પોઝિટીવી સાથે તમે કોઈ સારો પ્રોફાઈલ પિક્ચર અપલોડ કર્યો અને એના પર ઢગલો લાઇક્સ કે કૉમેન્ટ્સ આવ્યા. સતત મન ખુશ થઈ ગયું, વાહ... ચારેબાજુ વાહ વાહ એવા વિચારો, પાર્ટી ઘણીવાર હવામાં. કદીક ઊલટું ધાર્યા કરતાં લાઇક્સ કે કૉમેન્ટ્સ ઓછા આવ્યા. હવે શું? ફોટો બરાબર હશે ને, ઈન્ટરનેટ તો ચાલુ છે ને, પ્રાઇવેટ શેર નથી થયો ને. અહીં માણસ એક જ વસ્તુ ના કરી શક્યો, વાસ્તવિકતામાં ના રહી શક્યો. ચાર લાઈક આવે કે ચારસો આવે કેટલો ફરક પડવાનો. આ પોસ્ટનું ચાર દિવસ રહી કેટલું મહત્વ?

આ લેખ મારી અને આપની સમજણશક્તિ કેળવવા માટે લખાઈ ગયો છે બસ એટલું જ સમજો કે આ વાસ્તવિકતા છે...કોઈ ઉપદેશ કે સંદેશ નથી.

અંતિમ સ્પર્શ:

અભિમાન લાવશે પોઝિટીવિટી, હતાશા લાવશે નેગેટીવીટી, સ્થાયી જો મન જીતવું તારે તો સ્વીકારવી પડશે રિયાલિટી.

๑๑

• સત્યઘટના: સસ્તી ડુંગળી

રસોઈ બનાવવા નો પહેલે થી જ શોખિન રહ્યો છુ . અને શાકભાજી અને ફ્રૂટ્સની સારી એવી સમજ છે. દરરોજ ફ્રેશ શાકભાજી લેવા જવાનો થોડો કંટાળો આવે એટલે દર શનિવાર કે રવિવાર જઈ, આખા અઠવાડિયાનું શાક લઈ આવું. આજેય સવારે હું શાક લેવા ગયો હતો, ફરક એટલો કે ચહેરા પર માસ્ક, એક કપડાંની થેલી, એક શાક

લાવવાનું લિસ્ટ (નક્કી કરેલ વજન સાથે) અને કૃત્રિમ શ્વાસ (મોબાઈલ: જેના વગર હવે કોઈને ચાલતું નથી). લોકડાઉનના પગલે કોઈ જ લારી ઉભી ન હતી પણ ૧૦૦ મીટરના અંતર પર એક ભારે શરીરવાળા બેન બેઠા હતા. જમીન પર બેસી છ-સાત પ્રકારના શાક વેચી રહ્યા હતા. બધી જ વસ્તુની ભેગી કિંમત નક્કી કરીએ તો માંડ પાંચ હજાર રૂપિયાનો સામાન હશે. મેં ડુંગળીનો ભાવ પૂછ્યો. જવાબ મળ્યો, વીસની પાંચસો. હું વિચારમાં પડ્યો. આસપાસ કોઈ જ લારી કે પાથરણાવાળા નથી તોય હાલની પરિસ્થિતિ મુજબ ભાવ વ્યાજબી છે. કદાચ આ બેન ને તકનો લાભ કેવી રીતે લેવો એનો ખ્યાલ નહિ હોય. થોડાક મહિના પહેલા જ, આવી જ ડુંગળી રૂપિયા સાઈઠની પાંચસો ગ્રામ પણ મેં લીધી હતી. ઉનાળાની અનુભૂતિ આજે લાગી. હાલ ઘરમાં છીએ પણ એસી ના લીધે ગરમીનો ખ્યાલ ન હતો. એ બેન જ્યાં બેઠા હતા ત્યાં સીધો તાપ હતો અને ખૂબ પરસેવાથી નીતરતા હતા. એક વસ્તુ હતી કે ચહેરા પર કોઈ જ થાક ન હતો. પરિસ્થિતિ ખરાબ હશે પણ એનો સામનો કરવાની શક્તિ વધુ સારી લાગી. હું ડુંગળી, બીજા બેચાર શાક, ઘણા બધા વિચાર લઈને પાછો ફર્યો.

આ ઘટના જાણે મને ઉપદેશ આપી ગઈ. સમાજમાં કેટલાય લોકો છે જે કાળાબજારી કરી ખૂબ પૈસા કમાય છે અને અમુક ગરીબ પણ મહેનતી પ્રજા સમાજને એક સારી દિશા તરફ લઈ જાય છે. બેંકમાં પૈસા હોવા છતાંય, આજે એક કપડાંની થેલી જ્યારે ગરીબ શાકવાળા પાસે ધરી તો જાણે એવું લાગ્યું કે, પાંચ હજારનો સામાન લઈ બેઠેલી વ્યક્તિ આપણાં કરતા વધુ અમીર હતી. ઘરડા માણસો જે વર્ષોથી કહેતા હોય એમ જ આ ઘટના એ ફરીથી એજ સમજાવ્યું કે, 'તું ક્યારેય અભિમાન ન કરીશ, તું નહિ તારો સમય જ બળવાન છે...બિનજરૂરી તકનો લાભ નહિ લે તો કુદરત તને કોઈની આગળ હાથ લંબાવવાની જરૂર પણ ઉભી નહીં કરે '

- દેવલોકમા PPE કીટ

સ્વર્ગ કલ્પના યમરાજ પૃથ્વી નારદ કોરોના વાયરસ વિષ્ણુભગવાન શેષનાગ ઉપર આરામ ફરમાવી રહ્યા છે. ત્યાં જ અવાજ આવે છે.

"નારાયણ, નારાયણ ! પ્રણામ પ્રભુ." નારદજી હાથ જોડી પ્રભુને પ્રણામ કરે છે.

પ્રભુ આંખો બંધ રાખીને, મંદ મંદ મુસ્કાન સાથે નારદજી ને કહે છે " આવો નારદ ! આજના શું સમાચાર લાવ્યા છો?"

"પ્રભુ, સમાચારમાં તો બીજા કોઈ ખાસ સમાચાર નથી મળ્યા. બધું રાબેતા મુજબ ચાલે છે." આમ જણાવી નારદજી ત્યાંથી અદ્રશ્ય થઇ જાય છે અને પ્રભુ ફરીથી આરામ ફરમાવે છે. આ ઘટનાના થોડા દિવસો પછી પ્રભુ નારદજીને યાદ કરે છે.

"નારદ, ઓ નારદ ! જલ્દી થી મારી સમક્ષ પ્રગટ થાઓ."

"નારાયણ! નારાયણ! શું વાત છે પ્રભુ ? મને આટલો જલ્દી કેમ યાદ કર્યો ? આપ આટલા બેચેન શા માટે છો ? કંઈ દ્વિધા હોય તો મને કહો. હું એનો ઉકેલ લાવવાનો જરૂર પ્રયાસ કરીશ." નારદજી બે હાથ જોડી ચિંતાતુર ઉભા રહ્યા.

"નારદજી, આ પૃથ્વીવાસીઓને કંઈ તકલીફ થઇ છે ?"

"ના પ્રભુ! મારા ધ્યાનમાં તો નથી આવ્યું ક્યાંય ?"

"નારદજી, હમણાં હમણાં તમે તમારું કામ બરાબર નથી કરી રહ્યા. તમારું ધ્યાન ક્યાં હોય છે આજ કાલ ?"

"માફ કરજો પ્રભુ, પણ ખરેખર, મને આ બાબત કશી જ જાણકારી પ્રાપ્ત નથી. પણ થયું છે શું પ્રભુ ?"

"નારદજી, હમણાં હમણાં મારા મંદિરોમાં ભક્તો મારા દર્શને આવતાજ નથી. મારા મંદિરો એકદમ સુનકાર થઇ ગયા છે. "

"પ્રભુ, કદાચિત હમણાં ગરમીનો પારો ઉપર ચડ્યો છે એટલે લોકો બહાર નહિ નીકળતા હોય. પણ ઘરમાં તો ભક્તિ કરતા જ હશે."

"નારદજી, જો એવું હોત તો હું તમને અહીં બોલાવત જ નહિ ને ? વાત કંઈક બીજી છે. ગરમીનો પારો તો મે મહિનામાં સૌથી વધારે હોય છે. આ બધું તો માર્ચ મહિનાથી ચાલી રહ્યું છે. તમે અત્યારેજ પૃથ્વી ઉપર જાઓ અને મને જલ્દીથી અપડેટ કરો. અને આ યમદૂત ક્યાં છે ? મેં એને જન્મ મરણાંકનો હિસાબ લઈને મારી પાસે બોલાવ્યા હતા.

જાઓ, ચિત્રગુપ્ત અને યમદૂતને મારી પાસે મોકલો."

"જેવી તમારી આજ્ઞા પ્રભુ, નારાયણ, નારાયણ !" આમ કહી નારદજી અદ્રશ્ય થઇ જાય છે.

બે દિવસ પછી નારદજી પ્રભુ સામે પ્રગટ થાય છે. પ્રભુ દ્વારપાળને બૂમ મારી બોલાવે છે.

"દ્વારપાળ, આ વિચિત્ર પ્રાણી કોણ છે ? અને નારદની જેમ કેમ બોલે છે ? આને અહીંથી બહાર કાઢો."

"અરે, અરે, પ્રભુ! હું નારદ જ છું. તમે મને ભૂલી ગયા ?"

પ્રભુ નારદજી તરફ ધ્યાનથી જોવે છે. પગથી માથા સુધીનો ઢંકાયેલો સફેદ કલરના વસ્ત્રો. ફક્ત આંખો જ જોઈ શકાય છે અને એમાં પણ ચશ્માં લાગેલા છે. હાથમાં પહેરેલા મોજા અને પગમાં પહેરેલા બુટ.

"અરે, આ શું વેશ ધારણ કર્યો છે, નારદ ? આમાં તો તમારું મોઢું પણ નથી દેખાતું તો તમને ઓળખું કેવીરીતે ?"

આ વાર્તાલાપ ચાલતો હોય છે ત્યાં જ દાસી પ્રભુમાટે ફળોનો થાળ લઈને આવે છે પરંતુ નારદજી ને આવા વિચિત્ર અને ભયાનક વેશમાં જોઈ ને ડરી જાય છે. ડરના કારણે એના હાથમાંથી થાળ પડી જાય છે અને એથી વધુ ડરીને ભાગી જાય છે.

"જોયું તમે નારદ ? તમારી આ વિચિત્ર વેશભૂષાથી લોકો કેટલા ડરી જાય છે ? જલ્દી થી હવે આ વેશ ઉતારો અને તમારા સ્વરૂપમાં આવી જાઓ."

"અવશ્ય પ્રભુ. પરંતુ એ પહેલા તમે આ સેનિટાઇઝરથી હાથ સ્વચ્છ કરી લો તથા આ માસ્ક અને હાથ ના મોજા પહેરી લો. એ પછી જ હું મારા વિચિત્ર વસ્ત્રો દૂર કરું."

"નારદ ! આ બધું શું માંડ્યું છે તમે? તમને મેં પૃથ્વી ઉપર મારા ભક્તોની ખબર લેવા મોકલ્યા હતા, નહિ કે આવું વિચિત્ર વર્તન શીખવા !"

"અરે પ્રભુ! હું સમજી ગયો છું પણ આ વસ્ત્રો આજકાલ પૃથ્વી ઉપર પ્રવેશવા માટે અનિવાર્ય બની ગયા છે. આ વસ્ત્રો ને PPE -Personal protective equipment કહેવાય છે. હવે ચાલો, પહેલા માસ્ક પહેરી લો પછી નિરાંતે તમને પૃથ્વીનો ચિતાર આપું."

પ્રભુ પણ હાથ સેનિટાઇઝ કરી, હાથના મોજા પહેરી, માસ્ક પહેરી લે છે.

"હવે તો ખુશ ને નારદ ! હવે જલ્દી મને જણાવો કે આ બધું શું ચાલે છે ?"

"પ્રભુ, શું કહું તમને ? પૃથ્વીવાસીઓ આજકાલ એક વાયરસથી પરેશાન થઇ ગયા છે. એ વાયરસનું નામ છે નોવેલ કોરોના અથવા તો કોવીડ-૧૯ના નામથી પણ ઓળખવામાં આવે છે. આ વાયરસે પૃથ્વી ઉપર બહુ ખતરનાક સ્વરૂપ ધારણ કર્યું છે. આ વાયરસ એટલો ખતરનાક અને ચેપી છે કે મનુષ્ય-મનુષ્યના માત્ર સંપર્કમાં આવવાથી પણ ચેપ ફેલાય છે અને જો કોઈ મનુષ્ય ગંભીર બીમારીઓ સામે લડી રહ્યો હોય તો તો એનું મૃત્યુ પણ સંભવી શકે છે. મનુષ્ય હજી સુધી આની કોઈ દવા કે રસી શોધી શક્યો નથી. એ જ કારણોથી આ વાયરસે અત્યંત ભયંકર સ્વરૂપ ધારણ કર્યું છે. અત્યારે મનુષ્યોની મુખ્ય સમસ્યા એનો ફેલાવો કેવી રીતે રોકવો એજ છે. આ વાયરસ પૃથ્વી ઉપર ખુબજ ઝડપથી ફેલાય રહ્યો છે અને પોતાનું સામ્રાજ્ય ફેલાવી રહ્યો છે.

આ વાયરસના ફેલાવાને રોકવામાટે પૃથ્વી ઉપરના મોટાભાગના દેશો લોકડાઉન થઇ ગયા છે. આ લોકડાઉન દરમિયાન બધાને પોત-પોતાના ઘરોમાંજ રહેવાની કડક સૂચના મળેલ છે. જે લોકો આ નિયમોનું ઉલ્લંઘન કરે છે એમને કડક સજા મળે છે. એટલે આજકાલ બધા લોકો ઘરમાં પુરાઈ ગયા છે. પ્રભુ, આ જ કારણથી આજકાલ આપના ભક્તો મંદિરમાં આવી શકતા નથી. બધા વ્યાપાર, દુકાનો, બગીચાઓ, ફરવાના સ્થળો, બધું જ બંધ કરી દેવામાં આવ્યું છે. આ વાયરસ ના પ્રકોપે તો તમામ મંદિરો પણ બંધ કરી દેવાયા છે. હવે તમે જ કહો, તમારા ભક્તો તમારા દર્શન કરવા કેવી રીતે આવે ?"

"અરેરેરે ! નારદ, આ તો ગજબ થઇ ગયું ? પણ પૃથ્વીના મહાજ્ઞાની મનુષ્યો પાસે કોઈ ઈલાજ નથી આ વાયરસ નો ? મનુષ્ય આમ તો બહુ ડંફાસ મારતો હોય છે કે હું આમ કરી શકું છું, હું તેમ કરી શકું છું. વિજ્ઞાનના માધ્યમ થી અભિમાન કરતો હોય છે કે પૃથ્વીનો કંટ્રોલ એના હાથ માં જ છે. ચંદ્ર, મંગળ ઉપર પહોંચવાવાળો મનુષ્ય આજે એટલો લાચાર બની ગયો છે કે ઘરની બહાર નીકળતા પણ ડરે છે ?"

"પ્રભુ, પ્રભુ!! આ સમય નથી મનુષ્યો ઉપર કટાક્ષ કરવાનો. એ બિચારા તો બહુ પ્રયાસો કરી રહ્યા છે આ કોરોના વાયરસથી મુક્તિ મેળવવામાટે. પણ..."

"પણ શું નારદ ?"

"પણ પ્રભુ, લાગે છે કે આ વાયરસ પણ એકતા કપૂરની સિરિયલો જોઈને આવ્યો છે."

"એવું શા માટે કહો છો નારદ ?"

"તો શું પ્રભુ ? આ વાયરસ અત્યાર સુધીમાં સાત સાત વખત પોતાના સ્વરૂપ બદલી યુક્યો છે. હવે તમે જ વિચારો મનુષ્ય અત્યારે કેવી મુશ્કેલીઓથી ઘેરાયેલો હશે ?"

"એ બધી વાત સાચી પણ નારદ આજ કાલ આ મનુષ્ય મને બિલકુલ યાદ જ નથી કરતો એવું લાગે છે. અત્યારે તો એની પાસે સમય જ સમય છે."

"પ્રભુ એવું તમને લાગે છે."

"એટલે ? નારદ, તમે ફરી પાછો મનુષ્યોનો પક્ષ લો છો ? લાગે છે કે પૃથ્વી ઉપર કાયમીના ધોરણે તમારી ટ્રાન્સફર કરવી પડશે."

"અરે ના, ના પ્રભુ. આમ ગુસ્સે ન થાઓ. પ્રભુ, જો ખરેખર તમારે મનુષ્યોની તકલીફ જાણવી હોય તો..."

"તો શું નારદ ? ડર્યા વિના જણાવો...."

"તો પ્રભુ, તમારે પૃથ્વી ઉપર જવું પડશે અને એ પણ મનુષ્ય અવતારમાં. મનુષ્ય અવતારમાં જ તમે જાણી શકશો કે આ વાયરસથી મનુષ્યો ને કેટલી તકલીફ પડે છે ?"

"ઠીક છે નારદ, હું વિચારીશ આ બાબતે. પણ આ ચિત્રગુપ્ત અને યમદ્દતને શું થયું છે ? એમને બોલાવ્યા તો પણ કેમ આવ્યા નથી ?"

"પ્રભુ, એ લોકો હાલ કવોરેન્ટીનમાં છે ?"

"શું ? શું કહ્યું ? કવોરેન્ટીન ? કેમ, એ લોકો ને શું થયું છે ?"

"પ્રભુ, વાત જાણે કે એમ છે કે આ બધી વસ્તુઓની શરુઆત એમનાથી જ થઇ છે."

"નારદ, શું તમે હવે મને બધી વાત જણાવવાનું કષ્ટ કરશો ?"

"પ્રભુ, તમે તો જાણો જ છો કે બ્રહ્માજી એ ચિત્રગુપ્ત અને યમદ્દતને એક બોટલ આપી હતી જે તમને સહીસલામત પહોંચાડવાની હતી."

"હા તો, એ બોટલ નું શું છે નારદ ?"

"શાંત પ્રભુ શાંત. હું આપને એજ જણાવી રહ્યો છું. હા, તો ચિત્રગુપ્ત અને યમદૂત એ બોટલ લઈને તમારી પાસે આવી જ રહ્યા હતા કે એમની વચ્ચે એક મનુષ્યના મૃત્યુના સમયને લઈને શરત લાગી ગઈ. એ શરતની રમતમાંને રમતમાં એ લોકો પૃથ્વી ઉપર ગયા અને ઉત્સાહમાં એમના હાથમાંથી એ બોટલ પડી ગઈ અને ફૂટી ગઈ. એમાંથી જે નીકળ્યું એ જ આ નોવેલ કોરોના કે કોવીડ-૧૯ જે કહો એ. આ ઘટના ઘટ્યા બાદ યમદૂત અને ચિત્રગુપ્ત પાછા તો આવી ગયા પરંતુ ઘટના સ્થળથી ખુબ જ નજીક હોવાથી યમદૂતના પાડા સહીત એ બંને અત્યારે કોવીડ-૧૯ પોઝિટિવ બની ગયા છે. અત્યારે પાડો તથા એ બંને કવોરેન્ટીનમાં છે અને બ્રહ્માજીની દેખ રેખ હેઠળ સારવાર લઇ રહ્યા છે."

"તો નારદ, અત્યારે પૃથ્વી ઉપરના જન્મ-મૃત્યુના હિસાબ કોણ જોવે છે ?"

"પ્રભુ, એ જવાબદારી યમદૂતે પોતાના આસિસ્ટન્ટને સોંપી છે. જે બધી માહિતી યમદૂત સુધી પહોંચાડે છે."

"અચ્છા, અચ્છા તો યમદૂત અને ચિત્રગુપ્તને વર્ક ફ્રોમ હોમ મળેલ છે એમ ને ?"

"હા પ્રભુ. અત્યારે તો એમને વર્ક ફ્રોમ હોમ છે. પણ મને એક વાત સમજાણી નહિ."

"શું નારદ ?"

"પ્રભુ, તમને બ્રહ્માજી એ જણાવ્યું ન હતું આ વાયરસ વિશે ?"

"નારદ, બ્રહ્માજી એ મને જણાવ્યું હતું કે એક બોટલ મોકલું છું તમને એ તમારી પાસે સાચવીને રાખજો. યોગ્ય સમય આવ્યે વાત કરીશું. એ પછી હજુ સુધી એ યોગ્ય સમય આવ્યોજ નથી અને અમારે કોઈ વાત થઇ નથી. એવું તો ઘણું બધું બ્રહ્માજી એ મારી પાસે સલામત રાખ્યું છે."

"બરાબર પ્રભુ, સમજી ગયો. નારાયણ, નારાયણ !"

આમ કહી નારદજી અદ્રશ્ય થઇ જાય છે.

પ્રભુ ગંભીર મુદ્રા ધારણ કરી નારદજી ની વાતો ઉપર વિચારમગ્ન હતા ત્યાં જ લક્ષ્મીજી આવ્યા.

"પ્રણામ પ્રભુ, શું વાત છે ? આજે તમે કેમ ગંભીર લાગો છો ? દાસીએ જણાવ્યું કે અહીં કોઈ વિચિત્ર પ્રાણી આવ્યું છે ? ક્યાં છે એ પ્રાણી ?"

"આવો લક્ષ્મીજી, શું કહું તમને ? એ વિચિત્ર પ્રાણી બીજું કોઈ નહિ પણ નારદ હતા."

પ્રભુ લક્ષ્મીજીને બધી જ વાત કરે છે અને ફરી વિચારમગ્ન થઇ જાય છે.

લક્ષ્મીજી બોલ્યા, "અરે પ્રભુ , આ તો ગંભીર સમસ્યા છે. પણ તમે આટલા ચિંતિત શા માટે છો ? જો તમારી ઈચ્છા હોય તો આપણે બંને પૃથ્વી ઉપર જઈએ અને ત્યાં થોડો સમય રહીએ. અહીં તો તમારી પાસે મારા માટે સમય જ નથી તો એ બહાને તમે મારી સાથે પણ સમય વિતાવશો. જેમ પૃથ્વી વાસીઓ વેકેશન માણે છે એમ આપણે પણ એક નાનકડું વેકેશન તો લઇ જ શકીએ."

"પ્રિયે, વાત તો તમે સાચી કરી. તો ચાલો આપણે આજે જ જઈએ છીએ."

આમ કહી પ્રભુ અને લક્ષ્મીજી પૃથ્વી ઉપર આવે છે. પૃથ્વી ઉપર રહેવા માટે અમદાવાદ ઉપર પસંદગી ઉતારે છે. અમદાવાદના કોરોના સંક્રમિત વિસ્તારમાં પ્રભુ પોતાની દિવ્ય શક્તિઓથી અતિ સુંદર, સગવડતાઓથી સજ્જ ઘર, સુંદર ગાડી પ્રકટ કરે છે. પ્રભુ અને લક્ષ્મીજી જેવા ઘરમાં પ્રવેશે છે ત્યાં જ નારદજી પ્રગટ થાય છે.

"નારાયણ, નારાયણ!!! આ શું કરી રહ્યા છો પ્રભુ ?"

"કેમ ? તમે જ તો કહ્યું હતું કે મનુષ્યોની તકલીફ જાણવી હોય તો પૃથ્વી ઉપર મનુષ્ય બનીને જાઓ અને ત્યાં રહો. તો બસ હું અને લક્ષ્મીજી આવી ગયા."

"પ્રભુ, એ વાત તો બરાબર છે. પરંતુ જો તમે મનુષ્ય બન્યા હોય તો તમારે અહીં તમારી દિવ્ય શક્તિઓ વિના જ જીવવું જોઈએ તો જ તમને મનુષ્યોની તકલીફ ની અનુભૂતિ થશે. મનુષ્યો પાસે તો દિવ્ય શક્તિઓ નથી ને?"

"નારદ, તમે પણ હદ કરો છો. પરંતુ એક રીતે તો તમારી વાત પણ સાચી છે. ચાલો હું મારી દિવ્ય શક્તિઓનો પ્રયોગ અત્યંત આવશ્યક હશે ત્યારે જ કરીશ. બસ !!!"

ત્યાં જ લક્ષ્મીજી બોલે છે" નારદ, એક કામ કરો ને! મને અહીં ૨-૩ દાસીઓ શોધી આપો જેથી કરીને મારુ કામ થોડું આસાન રહે."

"માતે, હું ચોક્કસથી કરી આપત પરંતુ અત્યારના પૃથ્વી ઉપરના સંજોગો પ્રમાણે એ શક્ય નથી. કેમ કે બધાને ઘરમાંજ રહેવાનું છે. તો દાસીઓને પણ આજ નિયમ લાગે છે. એટલે એ કાર્ય સંભવ નથી. માફ કરશો માતે, પરંતુ અહીં તો તમારે જ બધું કરવું પડશે."

"અરે પ્રભુ, આ તો મોટી દ્વિધા થઇ ગઈ. ચાલો ત્યારે, પડ્યા એવા દેવાશે." એમ કહી લક્ષ્મીજી રસોડા તરફ પ્રયાણ કરે છે.

"પ્રભુ, તમારી આજ્ઞા હોય તો હું જાઉં ? નારાયણ, નારાયણ !" એમ કહી નારદજી અદ્રશ્ય થાય છે.

એક અઠવાડિયા પછી પ્રભુ શેષનાગ ઉપર આરામ મુદ્રામાં હોય છે ત્યાં જ નારદજી પ્રગટ થાય છે.

"નારાયણ, નારાયણ ! પ્રભુ, કેવો રહ્યો આપનો પૃથ્વી ઉપરનો અનુભવ ?"

"નારદ, તમારી વાત સાચી હતી. મનુષ્ય ખરેખર દ્વિધા ભોગવી રહ્યો છે અને મારી ભક્તિ માટે એને સમય નથી એ તથ્ય મેં સ્વીકારી લીધું છે."

"અરે પ્રભુ, અચાનકથી તમે મનુષ્યની તરફેણ કેમ કરો છો ? જરા વિસ્તારથી કહો."

"નારદ, વાત ન પૂછો. તમારા ગયા પછી અમે અમારી દિવ્ય શક્તિઓ વિના જ પૃથ્વી ઉપર રહેવું એવું નક્કી તો કરી લીધું હતું પરંતુ એ નિર્ણય અમને બહુ ભારી પડી ગયો. જોશમાંને જોશમાં મોટો બંગલો તો બનાવી લીધો પણ નારદ એ બંગલાને સાફ રાખવામાં, દરરોજ કચરાંપોતાં કરવામાં, ફળિયું ધોવામાં તો મારી પીઠના મણકા તુટી ગયા."

"અરેરે પ્રભુ, આ બધા કાર્યો તમે કરતા હતા ?"

"હાસ્તો વળી, લક્ષ્મીજી તો રસોઈ બનાવતા હતા ને! એ એકલા કેટલું કામ કરી શકે એટલે હું એમને મદદ કરતો હતો. ઘરની સાફ સફાઈ પતે પછી રસોડામાં પણ મારે મદદ કરવી પડતી હતી."

"કેમ પ્રભુ ?"

"અહીં તો મને ૩ ૨ જાતના પકવાન, ૫ ૬ ભોગ આરોગવાની આદત છે જયારે પૃથ્વી ઉપર હું જમવા બેઠો તો બસ ખાલી શાક, દાળ અને રોટલી જ મળ્યા. મેં લક્ષ્મીજીને પૂછ્યું તો એ કોપાયમાન થઇ ગયા કે મારાથી તો આટલું પણ નથી થતું. જમી લો શાંતિથી. જેમ તેમ સ્વાદ જોયા વિના જ ભોજન કર્યું."

"એ પછી નારદ તમે આવ્યા હતા અને પૃથ્વી ઉપર વપરાતું ઉપકરણ, 'મોબાઈલ' લક્ષ્મીજીને આપી ગયા હતા. એ દિવસે તમે એને જે ભયાનક જ્ઞાન આપ્યું એનો બદલો વાળવાનો તો બાકી છે તમારી સાથે નારદ !"

"અરેરે પ્રભુ? મારી સાથે શા માટે? મેં એવું તો શું કર્યું હતું?"

"શું કર્યું હતું? અરે તમે તો દુશ્મનના હાથમાં અણુબોમ્બ આપવાનું કામ કર્યું હતું."

"અણુબોમ્બ ?"

"હા, નારદ, હા અણુબોમ્બ. એ મોબાઈલ કોઈ અણુબોમ્બથી કંઈ ઓછો ન હતો. લક્ષ્મીજી આખો દિવસ પેલું શું ? હા જો, યુ ટ્યુબ. એ યુ ટ્યુબ ઉપર આવતી નવી નવી વાનગીઓ જોયા રાખે અને પછી મારી પાસે રસોડામાં એ બનાવડાવે. બનાવવા સુધી તો ઠીક હતું. જ્યાં સુધી ઘરમાં બધો સમાન હતો ત્યાં સુધી તો બનાવ્યું પણ તમને ખબર છે નારદ ! એક દિવસ હું થોડી ઘણી વસ્તુઓ લેવા બહાર નીકળ્યો. મને એમ હતું કે હું તો ખુદ ભગવાન છું મારે માસ્કની શું જરૂર છે? એમ વિચારી માસ્ક પહેર્યા વિનાજ બહાર નીકળો તો પોલીસે મને પકડી લીધો. મેં એમને સમજાવવાના બહુ પ્રયાસ કર્યા પરંતુ એમણે મારી એક વાત ન માની. એ લોકો એ મને ડંડા મારવાના શરુ કર્યા. આખરે મેં મારી કરેલી ભૂલની માફી માંગી તો એમને થોડી દયા આવી અને મારી પાસે ૩૦ ઉઠકબેઠક કરાવી, બોલ !

આ બધું કરીને હું ઘરે ગયો તો લક્ષ્મીજી મારી રાહ જોઈને જ બેઠા હતા. ક્યાં હતા'થી શરુ કરીને સવાલો ચાલુ કર્યા બાપ રે બાપ ! હું તો થાકી ગયો. એ પછી લક્ષ્મીજી બનાવેલા લિસ્ટ પ્રમાણે વસ્તુઓ મેળવીને મુકતા હતા ત્યાં જ એમણે બૂમ પાડી. હું તો ડરી ગયો કે હવે શું થયું ? એક તો ઉઠક બેઠકના કારણે મારા પગમાં અસહ્ય દુ:ખાવો થઇ રહ્યો હતો અને એમાં લક્ષ્મીજી જલ્દી આવો જલ્દી આવો એવી બૂમો

મારતા હતા. માંડ માંડ હું રસોડામાં ગયો. ત્યાં તો લક્ષ્મીજી રીતસર મારી ઉપર તાડૂક્યા કે એક તો તમે મોડું કર્યું અને એમાં પણ કેપ્સિકમ ભૂલી ગયા ? હવે હું સંજીવ કપૂરની વાનગી કેવીરીતે બનાવીશ ? એક કામ તમે સરખું નથી કરતા! હવે પાછા જાઓ અને કેપ્સિકમ લેતા આવો. બોલો ! હું કંઈ સુપરમેન થોડી છું કે ઉડી ને જાઉં અને પોલીસ ને ન દેખાઉં. એ દિવસે તો એમને માંડ માંડ સમજાવ્યા."

"અરેરેરે પ્રભુ ! મને તો તમારી દયા આવી ગઈ. આવું હતું તો મને બોલાવાય ને."

"અરે નારદ શું બોલવું તમને ? ઘરનું કામ કરી કરીને લક્ષ્મીજી એનો બધો ગુસ્સો મારી ઉપરજ ઉતારતા. એ એની જગ્યા એ સાચા પણ હતા. આપણને એવું લાગે કે સ્ત્રીઓને ઘરમાં શું કામ હોય છે પણ નારદ હવે સમજાનું કે સ્ત્રીઓને કેટલું કામ હોય છે ? એ પછી મેં મારી અડોશ પાડોશમાં તપાસ કરી કે 'શું મારીજ હાલત આવી છે?' 'બીજા લોકો કેવું અનુભવે છે ?'

તપાસના અંતે મને ખબર પડી કે મારી હાલત કરતા પણ બીજા લોકોની હાલત વધુ ખરાબ છે. હું ખોટો હતો એ બાબતે કે મનુષ્ય તો હવે ઘરમાંજ છે અને આરામ જ ફરમાવે છે. સ્ત્રીઓ રસોઈ અને ઘરકામમાં વ્યસ્ત છે. પુરુષો એમને મદદ કરવામાં વ્યસ્ત છે. દાદા-દાદીઓ રામાયણ, મહાભારત અને એમના જમાનાની સિરિયલ જોવામાં વ્યસ્ત છે. બાળકો રમવામાં, ઓનલાઇન ક્લાસીસમાં વ્યસ્ત છે. આ બધામાંથી જો ટાઈમ વધે તો સગા-વહાલાઓને ફોને કરવામાં વ્યસ્ત છે.

નારદ, આમાં મનુષ્ય પાસે મારી ભક્તિ કરવાનો સમયજ નથી અને હવે એ બાબતે મને કોઈ ફરિયાદ પણ નથી."

"જોયું પ્રભુ, આપણને બીજાની તકલીફ ત્યારે જ સમજાય જયારે આપણે એની જગ્યાએ હોય. પણ પ્રભુ, હવે તો તમે પણ માનો છો ને કે મનુષ્યોને આ વાયરસ થી અત્યંત તકલીફ પડી રહી છે. હવે તમે જ આ સમસ્યાનો ઉકેલ લાવી શકો એમ છો. પ્રભુ, કૃપા કરી મનુષ્યોને આ મહામારીમાંથી મુક્તિ અપાવો."

"નારદ, એ મારા હાથની વાત નથી."

"અરે પ્રભુ, એવું કેમ બોલો છો તમે ?"

"હા નારદ, જો ઘટતી ઘટનાઓ નું સંપૂર્ણ સંચાલન મારા હાથમાં હોત તો તો દ્રૌપદીના વસ્ત્ર હરણથી લઈને મહાભારતના યુદ્ધ જેવી અનેક ઘટનાઓ બનીજ ન હોત. જે કાળે જે જે થવાનું લખ્યું છે એ તો થઇ નેજ રહેશે."

"પરંતુ પ્રભુ, તમે જ તો કહું હતું ને કે આ વાયરસની માહિતી તમને બ્રહ્માજી એ આપી ન હતી એ ગૂંચ હજી સુધી ઉકેલાઈ નથી."

"હા નારદ, મેં બ્રહ્માજી સાથે આ બાબતે ચર્ચા કરી લીધી છે. હકીકતમાં તો આ વાયરસ હજી ૧૦ વર્ષ પછી પૃથ્વી ઉપર મુકવાનો હતો પરંતુ ચિત્રગુપ્ત અને યમદૂતની ગંભીર ભૂલના કારણે અત્યારે પૃથ્વી ઉપર આવી ગયો."

"પ્રભુ, કેમ ૧૦ વર્ષ પછી?"

"હા નારદ, ૧૦ વર્ષ પછી આ પૃથ્વીની દશા વધુ ખરાબ થવાની હતી. ચારેબાજુ પ્રદૂષણ જ પ્રદૂષણ ફેલાઈ જવાનું હતું. અત્યંત આધુનિક ઉપકરણોના કારણે મનુષ્ય પરિવાર સાથે રહેવા છતાં પણ એકલો થઇ જવાનો હતો અને એવું તો બીજું ઘણું બધું.

પૃથ્વી ઉપર અત્યારે જે લોકડાઉનની પરિસ્થિતિ છે એ જ પરિસ્થિતિ ૧૦ વર્ષ પછી આવી હોય તો પ્રદૂષણ ઓછું થઇ જાત, મનુષ્યને પરિવારની કિંમત સમજાય. મનુષ્ય હંમેશા જે પરિસ્થિતિમાં હોય છે એમાં એ રડ્યા જ કરતો હોય છે. લોકડાઉનની પરિસ્થિતિમાં એને પોતાની વાસ્તવિક પરિસ્થિતિની કિંમત સમજાત.

૧૦ વર્ષ પછી પૃથ્વી ઉપર બધા દેશો કોઈને કોઈ બાબતે પોતે ચડિયાતા છે એમ સાબિત કરી યુદ્ધ કરવા સાથે પૃથ્વીનો વિનાશ કરવા માટે તૈયાર જ હશે. આ વાયરસના પરિણામે અનેકતામાં એકતા એ મંત્રનો મર્મ સમજી આ વાયરસ સામે એક થઈને જેમ અત્યારે એકબીજાની મદદ કરી રહ્યા છે એમ કરતા હોત.

આમ આવા ઘણા બધા કારણોથી ૧૦ વર્ષ પછી આ વાયરસ પૃથ્વી ઉપર મોકલવાનો હતો.

તમે જયારે અત્યંત ખરાબ પરિસ્થિતિમાંથી પસાર થાઓ ત્યારે જ તમને સારા સમયની કદર શકે છે. પૃથ્વી ઉપર અત્યારે તો સમય સારો જ ચાલી રહ્યો હતો એટલે અત્યારે તો વાયરસ મોકલવાનો ન હતો."

"પરંતુ પ્રભુ, હવે પૃથ્વી વાસીઓ ઉપર થોડી કૃપા કરો અને એમને આ વાયરસથી મુક્તિ આપો."

"નારદ, મેં તમને કહ્યું ને કે દરેક વસ્તુ મારા હાથ માં નથી હોતી. આ વાયરસ એટલે કે પ્રોબ્લેમ તો બ્રહ્માજી એ શોધી કાઢ્યું પણ એનું સોલ્યૂશન બાકી છે. કેમ કે આ વાયરસને પૃથ્વી ઉપર પહોંચવાને ૧૦ વર્ષનો સમય બાકી હતો. પરંતુ નારદ, સમય ને સમય નું કામ કરવા દો. મને ખાતરી છે કે મનુષ્ય આનો ઉપાય ચોક્કસ શોધી કાઢશે."

"નારાયણ, નારાયણ! આમ કહી નારદ અદ્રશ્ય થઇ જાય છે અને પ્રભુ ધ્યાનમાં લીન થઇ જાય છે....

✇

• લોક ડાઉન માં લગ્ન...

રાહુલ નાં લગ્ન નક્કી થયાં હતાં. લગ્ન 25 માર્ચ નાં હતાં. બધી તૈયારીઓ થઇ ગયી હતી. 1500 વ્યક્તિઓ નો જમણવાર પણ હતો. કોઈ કસર ન રાખવા ના હિસાબે

હવે લગ્ન ની રાહ જોવાતી હતી . શાકભાજી પણ આવી ગઇ. સૌ ખુશ ખુશાલ હતાં.

પરન્તુ કોરોના નો ડર આખા દેશ ને સતાવી રહ્યો હતો. રાત થઇ અને લોક ડાઉન ની જાહેરાત થઇ ગઇ. મુહૂર્ત હોવાં ને લીધે ફક્ત ઘરનાં લોકો ની હાજરી માં જ લગ્ન સંપન્ન કરી દીધાં. વહુ ને પણ

ઘરે લઇ આવ્યાં.

હવે સવાલ આવ્યો કે જમણવાર નાં અનાજ ચોખા લોટ શાકભાજી, ડેરી પ્રોડક્ટ હવે

આમજ પડ્યા.

લોક ડાઉન માં શું કરવું સમજ ન પડતી હતી.

બધાએ વિચાર કર્યો કે શાક ભાજી ગરીબો ને વહેંચી દઇએ. નક્કી થયુ કે સવારે વહેંચી દઇશું.

એટલી વાર માં રાહુલ નાં પપ્પા આવ્યાં. તેમણે બધી વાત સાંભળી. અચાનક વહુ અને

રાહુલ આ મીટીંગ માં વચ્ચે આવ્યાં.તેમને વિચાર આવ્યો કે કાલ થી બધાં કામધંધા પણ બન્ધ થઈ જશે અને મોહ લ્લા નાં ગરીબો શું કરશે. વહુ તરત બોલી કે "પપ્પા મમ્મી, હુ અને રાહુલ નો વિચાર છે કે કેમ આપણે આ બધુ

મોહલ્લાનાં ગરીબો ને ન વહેંચી દઇએ?

તેઓ ને તકલીફ આવે એ પહેલા એમને મદદ થાય તો આપણે ભાગ્યશાળી કહેવાઇએ. આમે ય લોકો લગ્ન માં આવતે તો ખાઇ જવાના હતાં. તો આ રીતે પ લોકો ખાઈ જશે પણ

ગરીબો ને લાભ થશે.

સૌ આ સમજદારી વાડી વાત સાંભળી ને વહુ નાં વખાણ કરવા લાગ્યા. ત્યારબાદ સૌ બેસીને મોહલલના ગરીબો અને જરૂરતમંદ નું લિસ્ટ બનાવવા લાગ્યા. ત્યાર બાદ એક એક કીટ તૈયાર કરી દેવામાં માં આવી. સવાર પડતાં જેટલાં લોકોને અનાજ સામગ્રી આપવી હતી તેઓ નાં ઘર પર ખબર કરી દેવામાં આવી.

ત્યાર પછી એક પછી એક લોકો આવતાં અને એક એક કીટ લઈ ને ચાલ્યા જતાં. જતાં

જતાં દરેક વ્યક્તિ કોઈ ને કોઈ દુઆ દઇ ને જ જતું. સૌ ખૂબ હરખાતા. હવે છેલ્લે છેલ્લે રમા માસી બાકી હતાં તેઓ આવ્યાં. ખૂબ ગમ્ભીરતા થી આવ્યાં. કીટ

લીધી અને હરખાતા હરખાતા રડી પડ્યાં. ખુશીના આંસુ રડતે તેઓ બોલ્યા "જુગ જુગ જીવો અને ઉપરવાળો તમને સુન્દર શુશીલ બાળકો આપે એજ મારી દૂઆઓ છે. અને

અને ચાલી નીકળ્યાં.

દૂઆઓ થી હવે ઘર માં બાળક આવશે.

સાંભળજો, મારી દુઆ કદી ખાલી નથી જતી." એમ કરી રાહુલ અને વહુ નાં બલાઇ લીધી બીજા મહિને વહુને વૉમિટ થવા લગી. હવે સૌ ને રમા માસી યાદ આવ્યાં કે તેમની

સમય સમય ચેક કરાવતા રેહતા. હવે કેટલાંક સમય પછી ચેક કરાવવા ગયા તો ડૉક્ટર બોલી કે સોનોગ્રાફી અને બીજા ટેસ્ટ પર થી લાગે છે કે જોડકા થશે. અને પછી નાં પરીક્ષણ થી ખબર પડી કે જોડિયા બાળકો થશે અને અનુમાન એવું છે કે એક પુત્ર એક

પુત્રી છે.

અહિ ફરીથી રમા માસી યાદ આવ્યાં. તેમણે દુઆ કરી હતી કે "સુન્દર શુશિલ બાળકો" . સૌ કોઈ ખુશ હતાં. ડિસેમ્બર અંત યા જાન્યુઆરી શરૂઆત માં ડિલિવરી નો સમય અપાયો છે. સૌ કોઈ બસ એેજ રાહ માં બેઠા છે. અને દરરોજ એક વાર તો રમા માસી ની

વાત તો થાય જ.

એક સુન્દર વિચાર કેટલા લોકો નાં પેટ નાં ખાડા પુરે છે. અને એ ભૂખ્યા પેટ ની નીકળેલી દુઆ જીવન બદલી નાંખે છે.

એક ખાસ વાત: એક ભૂખ્યા પેટ ની બદદુઆ પણ કદી ન લેશો. એ બદદુઆ કરોડપતી ને જોત જોતામાં ભિખારી બનાવવા ની તાકત રાખે છે. બચી ને રહેવું.

꧂

• ચકા-ચકીની કોરોનામય વાર્તા

કોરોનાના કેરમાં સૂમસામ શહેરમાં એક હતો ચકો અને એક હતી ચકી. બન્નેને ભૂખ તો ખૂબ જ લાગી હતી.

ફરરર કરતાંક ચકી ઊડી ચોખાનો દાણો લેવા અને ચકો ઊડ્યો દાળનો દાણો લેવા.

ચકો તો દાળનો એક દાણો લઈ તરત પાછો આવી ગયો. પણ ચકી ને થયું કે આ કોરોનામય સૂમસામ વાતાવરણમાં એકસાથે થોડા વધુ ચોખાના દાણા લઈ આવું તો પછી વારેઘડીએ ઊડાઊડ ને દાણા માટે ફાંફાં મારવા મટે. એકસાથે ચોખાના દાણા લઈ આવું તો પછી ઘરમાં બેઠાં બેઠાં જ ખાધું પીધું ને રાજ કરી શકાય.

ચકી તો એવું વિચારતાં વિચારતાં પહોંચી ગઈ રેશનિંગની દુકાને. એય લાંબી લાઇન! ને ફૂર..ફૂર.. સીટી મારતો જમાદાર! બધાંને એકબીજાથી દૂર દૂર ચોકથી દોરેલા ફૂંડાળામાં ઊભા રહેવાનું. એ તો ઊભી રહી ગઈ લાંબી લચક લાઇનમાં. એટલામાં તો પેલો સીટીઓ મારતો જમાદાર પાસે આવ્યો ને તાડૂક્યો :

'મોંઢે કપડું બાંધ! કેમ મોઢું-નાક ખૂલ્લાં છે? જો બધાં ને!'

'અરે જમાદારભાઈ! અમે તો રહ્યાં ચકલાં! અમે ક્યાં કપડાં પહેરીએ છીએ?'

'કપડાંની વાત નથી ચકલી! મોઢે માસ્ક જોઈએ ને? નહિતર બસ્સો રૂપિયા દંડ! રસીદ ફાડું? જો બધાંએ પહેર્યાં છે ને?'

'પણ ઘરમાં કપડું નથી!'

'એ અમારે નહીં જોવાનું.. હવે માંગીભીખીને પહેરીને આવજે.'

એટલામાં તો દુકાનનો ચોકીદાર આવીને સામે ઊભો :

'ચલ એય! હાથ લાંબા કર! તારા હાથમાં કોરોનાનાં જીવડાં મારવાની દવા છાંટવાની છે!'

ચકીએ ચાંચ સામે ધરી.

'આ અમારા હાથ.'

'આ તો ચાંચ છે! મારી મજાક કરે છે ચાંપલી!? ચલ ઝટ હાથ કાઢ. સવારથી અહીં તમારી પાછળ દોડાદોડ કરીએ છીએ ને પાછી વાયદાશ કરે છે? તમે લોકો ડંડો જ હમજો છો.'

ગભરાઈ ગયેલી ચકીએ આડા પડી પગ ધર્યા.

'હવે કેવી સીધી થઈ ગઈને, હાથ કાઢ્યા.' એમ બોલતાં જ ચોકીદારે સેનેટાઇઝરની બોટલમાંથી ચકીના પગ પર બે ટીપાં છાંટ્યાં.

'હવે બન્ને હાથ વીસ સેકન્ડ સુધી ઘસ..'

ચકીએ ચોકીદારની સામે જોયા કર્યું.

'ઉપરથી હુકમ છે. અમારે ફરજિયાત બધાંના હાથમાં દવા છાંટવી જ પડે.'

ચકીએ પગ ઘસતાં કહ્યું : 'સારું ભાઈ.'

'આ બધું તમારા ભલા માટે છે. આ દવાનાં બે ટીપાંની કિંમત સો ગ્રામ રેશનના ઘઉં જેટલી થાય. સમજી?'

'હા. સમજી.' એમ કહેતાં ચકીએ દુકાન તરફ જોવા માંડ્યું ને ચિંતા થવા માંડી કે ચકો ભૂખ્યો છે અને મારા પેટમાં ય બિલાડાં બોલે છે. આ લાંબી લાઇનમાં ક્યારે વારો આવશે?

એટલામાં તો ખરરરર કરતાંક દુકાનનાં શટર પડી ગયાં.

'ચોખા ખલાસ. હવે બે દાડા પછી બાકીના આવજો!'

લાઇન વિખરાઈ ગઈ. કેટલાંક ટોળે વળી ગુસ્સે થતા દુકાનના પડી ગયેલાં શટર્સ પાસે ભેગાં થઈ ગયાં.

ચકીની નજર પાસે પડેલી ટ્રક પર પડી. એને થયું કે આ ટ્રકમાં જ ચોખા આવ્યા હશે. એટલે કેટલાક દાણા તો અંદર વેરાયેલા પડ્યા જ હશે. ચોખાનો એક દાણો લઈ ઝટપટ ઊડી જાઉં ઘરે ફરરર!

એ તો ટ્રકના દરવાજામાં ઘૂસી અંધારે ખૂણેખાંચરે ચોખાના દાણા શોધવા માંડી ત્યાં તો ખટાખટ ટ્રકના દરવાજા બંધ થયા. સાવ અંધારું ધબ્બ! ટ્રક તો ઘરરર કરતીકને ચાલવા માંડી.

ચકી ગભરાઈ ગઈ! હવે? આ ટ્રક ક્યાં જશે?

એક તો પેટમાં ભૂખની લાય લાગી હતી અને તેની સાથે સાથે, રાહ જોઈને થાકીને ચકાએ એ દાળના દાણાની દાળ બનાવી ખાઈ લીધી હશે કે? કે પછી ભૂખ્યો હશે? કે પછી મને શોધવા નીકળ્યો હશે? - એવા પ્રશ્નોના રોડ પર ટ્રકની સાથે સાથે જાણે કે ચકી દોડવા માંડી.

ચકો તો આમતેમ ઊડાઊડ ઊડાઊડ કરી ચકી ક્યાંય દેખાય છે એમ વિચારતો ચીં ચીં કર્યાં કરતો હતો. ક્યારેક દાળના દાણાને જુએ ને ક્યારેક ચારેબાજુ આકાશમાં જુએ. એને હવે ચકીની ભારે ચિંતા થવા માંડી. ક્યાં હશે? એવી તે ક્યાં ઊડીને ચોખાનો દાણો લેવા ગઈ હશે? પોલીસે પકડી હશે? પણ આપણે તો ચકલાં! ફરરરર કરીને ઊડનારા! પોલીસની કોઈ તાકાત નહીં કે આપણી ફરરર ઊડતી પાંખ પકડી શકે! તો શું કોઈ રસ્તામાં બિલાડી-બિલાડાએ ચકીને પંજો મારીને!? ના. ના. એવા ખરાબ વિચાર ના કરાય!

ચકાએ પેટમાં બોલતા ભૂખ ના બિલાડા શમાવવા પેટમાં પગ દબાવ્યા. થોડીક વાર આંખો બંધ કરી.

એકાએક ટ્રક ઊભી રહી ને બંધ દરવાજા ખૂલ્યા.

એક માણસ સાવરણી અને થેલી સાથે ટ્રકમાં ચઢ્યો. ચકી તો ફફડી ઊઠી અને ઊંચે એક ખીલે બેઠી. પેલા માણસે સાવરણીથી ખૂણાખાંચરા વાળી ચોખાના દાણા ભેગા કરવા માંડ્યા.

ચકી ધીમે રહીને બહાર આવી કોઈ જુએ નહીં એમ ટ્રકની ઉપર ચઢીને ચારેબાજુ જોવા માંડ્યું. ઓહોહો! અહીં તો ચારેકોર અનાજની ગૂણો જ ગૂણો! એણે પાટિયું વાંચ્યું : એફ.સી.આઇ. - ફૂડ કોપોરેશન ઓફ ઇન્ડિયા. અને પછી તરત એની નજર ચોખાની પડતી ધાર પર પડી. સટાસટ કોથળા ખૂલતા હતા એક બાજુ અને બીજી બાજુ કોથળામાંથી નીચે મૂકેલા રંગબેરંગી, ચમકદાર ખોખાંઓમાં એક પછી એક ધાર થઈ

ચોખા પડતા હતા અને ત્રીજી બાજુ એ ભરાયેલાં ખોખાં ફટાફટ બંધ થતાં હતાં ને તેના પર સીલ લાગતાં હતાં.

ભૂખી ચકીને થયું લાવ, ઝડપભેર આ ચોખાની પડતી ધારમાં સીધી ચાંચ મારીને મોઢું ભરી દઉં દાણાઓથી!

પણ પાછો વિચાર આવ્યો કે એ ધોધની જેમ પડતી ધારમાં પાંખો આવી જાય તો? ઘબ્બ દઈને ખોખામાં જ દટાઈ જાઉં!

છેવટે એ ધીમેક રહી ઉડીને પેલાં ખોખાં ભરાતાં હતાં ત્યાં એક ખાલી ખોખા પર બેઠી.

"અરે! યહાં ચીડિયા કૈસી? ચોકીદાર! ક્યા કરતે હો?"

બૂમ સાંભળીને ચકી તો ગભરાઈ ગઈ ને કોઈને દેખાય નહીં એમ ટ્રક પર, ઉપર છાપરે ચઢીને એક ખૂણે લપાઈને બેસી ગઈ.

ચોકીદાર લાકડી સાથે સાહેબ સામે આવીને ઊભો :

"જી, સાહેબ!"

યહાં ચીડિયા, ચકલાં-ફકલાં, ચૂહા-બૂઆ કુછ નહીં હોના ચાહિએ. યહ સબ ખા જાતે હૈ ચાવલ! ઔર કહને વાલે કહતે હૈં કિ હમ ચાવલચોર હૈ!"

"જી, સાહેબ!"

"તુમ કરતે ક્યા હો? કોઈ બડા સાબ ચીડિયા-ચૂહા દેખ ગયા તો મેરી તો વાટ લગ જાયેગી!"

"જી, સાહેબ!"

"ચલો, દવાઈ છાંટ કે ખતમ કરો સબ ચીડિયા, ચકલાં, ચૂહા! એક ભી જીંદા નહીં બચના ચાહિએ!"

ચકી તો વધારે ગભરાઈ. એને થયું કે દવાથી મારી નાંખશે તો? લાવ પાછી ટ્રકમાં જ છુપાઈ જાઉં. ટ્રકને પૈડાં છે એટલે એ બહાર તો જશે જ ને?

ધીમે-ધીમે છાપરાની ધાર પર આવી એ તો ચૂપચાપ ટ્રકમાં પાછી ઘૂસી ગઈ.

એટલામાં બીજા સાહેબ હાથમાં કાગળિયાં સાથે, ખિસ્સામાંથી ચશ્માં કાઢી આંખે ચઢાવતા ઓફિસમાંથી બહાર આવ્યા : "ક્યાં ગયો પેલો ડ્રાઇવર?"

'બોલો, સાહેબ!'

"આ બધાં ચોખાનાં બોક્સ ભરાય એ લઈને ટ્રક તાત્કાલિક આ સરનામે પહોંચ્યો. હમણાં ને હમણાં જ." એમ કહી સાહેબે ડ્રાઇવરની સામે કાગળ ધરતાં આગળ કહેવા માંડ્યું :

"ઠેઠ ઉપરથી ઓર્ડર છે. મારા સાહેબના સાહેબ હમણાં મારતી ગાડીએ આવીને કહી ગયા છે. સમજ્યો? અને લે આ સો રૂપિયા. પૂછ, શેના માટે?"

"શેના માટે સાહેબ?"

"મારતી ગાડીએ જવાનું છે. ક્યાંય રસ્તામાં રોકાવાનું નથી. ચોખાની ડિલિવરી થઈ જાય પછી જ જમવાનું. ભૂખ લાગે તો પેટ દબાઈ દેવાનું. બસ, એના માટે."

'જી'

"અને સમજી લે, આ એક બહુ મોટી દેશભક્તિનું કામ છે. એકદમ એક્સિલેટર દબાવું જોઈએ."

'જી'

"અને ખાસ સાંભળી લે, રસ્તામાં, કોઈ ગામમાં રોકે તો રોકાવાનું નહીં. બહુ મોટું ટોળું ઘેરી વળે ને પૂછે તો કેવાનું નહીં કે ચોખા છે. નહીંતર લૂંટી લેશે. રેશનિંગના ચોખા હજી બધે પહોંચ્યા નથી. સમજ્યો?"

'જી'

"કેવાનું કે બોક્સોમાં ઝેરી દવા છે. લોકો આપઘાત કરવા વાપરે છે એ. ચલ હવે ઝડપથી ભાગ. બધું યાદ રાખજે."

'જી'

"ચલો હવે રામસીંગ! ઝડપથી રાઇસ બોક્સો ટ્રકમાં ચઢાવો. સાચવી ને, એક બી બોક્સ તૂટવું ના જોઈએ. ચોખાનો એકેય દાણો વેરાવો ના જોઈએ. ક્યાંય બોક્સ તૂટ્યું તો ચોરીનો આક્ષેપ તારા ને મારા પર આવશે. સમજ્યો?"

'હાજી, સાબ' એમ કહેતાં ને ઝડપભેર રાઇસ બોક્સ ટ્રકમાં મુકાવા માંડ્યાં. ટ્રક ચાલુ થવાનો અવાજ થયો ને ચકીને હાશ થઈ, હવે બહાર નીકળવાનું મળશે જ.

ખાલી રસ્તા પર ટ્રક તો સડસડાટ દોડતી જ રહી અને સીધી પહોંચી એક મોટા દરવાજા પાસે. ટ્રક ડ્રાઇવરે દરવાનને કાગળ આપ્યો અને તોતિંગ દરવાજા ખૂલી ગયા.

ચોકીદારે સિસોટી મારીને ડ્રાઇવરને હાથથી જવા માટેની દિશા બતાવી. આગળ બીજા ચોકીદારે હાથના ઇશારાથી ટ્રક રોકવાનું કહ્યું : "ચલો, ઠીક છે. નીચે ઉતરો. ગાડી ખોલો."

ટ્રકના પાછળના દરવાજા ડ્રાઇવરે ખોલ્યા. ચકીએ બહાર જોવા માંડ્યું. બધાએ મોઢા પર માસ્ક પહેર્યા હતા અને બધાનાં કપડાં મોટાં મોટાં ને લીલા રંગનાં!

એટલામાં ત્રીજો ચોકીદાર હાથમાં લીલા રંગની બોટલ લઈને આવ્યો અને ડ્રાઇવરને કહેવા માંડ્યો : "હાથ લાંબા કરો, લો આ." એમ કરીને હથેળીમાં સ્પ્રે કર્યો. "હવે બન્ને હાથ બરાબર ઘસો ને ત્યાં સામે દરવાનની બાજુમાં જઈ બેસો."

ચકીને થયું કે આ તો પેલું રેશનિંગની દુકાને મને પગમાં ઘસાવ્યું હતું એવું જ લાગે છે.

ડ્રાઇવરે હાથ મસળતાં મસળતાં દરવાનને પૂછવા માંડ્યું : "આ મોટી મોટી શેની દુકાન છે?"

'દુકાન નથી ડોબા! આ તો લેબોટરી-ફેક્ટરી છે. અહીં ઊંચા માંહ્યલો આલ્કોહોલ બને!'

"એટલે?"

'દારુનો બાપ'

"ઓહો, અઈં દારુ બને છે એમ?"

'ના, એનો બાપ. મોટા સાહેબોની ઊંચી ભાષામાં એને ઇથનોલ કહે.'

એટલામાં બીજી ખુલ્લી ટ્રક આવી તેમાં બેઠેલા માણસોએ ઝડપભેર રાઇસ બોક્સ ઉતારવા માંડ્યાં. ચકી ને ડ્રાઇવર આ બધું જોયાં કરતાં હતાં. ચકી તો વધુ ને વધુ ગભરાવા માંડી. ક્યાંક કોઈ જોઈ જાય ને આ ઠંડા ઠંડા મકાનમાં પૂરી દે તો?!

ડ્રાઇવરે પાછું બાજુમાં બેઠેલા ચોકીદારના કાનમાં ધીમેથી કહેવા માંડ્યું : "તે આ તમે કો'છો કે આ દારુના બાપ જેવા કડક દારુની ફેક્ટરી છે તો પછી અહીં આટલા બધા ચોખા તમને નોકર-સ્ટાફને મફત આલવા માટે?"

'બે ડોબા! ફેક્ટરીવાળા હજાર નખરાં કરીને માંડ માંડ પગાર આલતા હોય ને એ ઉપરથી ચોખા આલે? અને એય મફત?' એમ કહેતાં ચોકીદાર ખડખડાટ હસી પડ્યો. 'પાંચ દાડાથી ફૂલ ટાઇમ ડ્યૂટી કરું છું.

કોઈ છોડાવનાર નથી આ કોરોના માં.'

"એમ?"

'ઘરેથી ફોન આયા જ કરે છે. દાણા ખૂટ્યા છેને રેશનની દુકાનમાં પૂરતા ચોખા નથી આવતા. ઘરે જઉં તો મેળ પડે.'

"કોઈ વડીલ કે ભઈબાપા ઘરે નથી?"

'નાનો ભઈ મુંબઈ હાઈવે પર હોટલમાં છૂટક કામ કરતો'તો ભૂખ્યોતરસ્યો. ચાલતાં ચાલતાં નીકળ્યો છે. જે થાય તે હાયું.'

"અરે રે, હોટલવાળા ખાવાનું ય ના આલે?"

'બધું બંધ!'

"તે આટલા બધા અઈં ચોખા છે તે આવા કપરા કાળે સાહેબ એક-બે કિલો ય ના આલે? તે અઈં એનું કરે શું?"

ચોકીદાર ફરી હસી પડ્યો : 'તું તો હાવ ગયેલી આઇટમ છે. પૂરો બુદ્ધિનો બારદાન! આલ્કોહોલ આ ચોખામાંથી બને! ઠેઠ ઉપરથી ઓર્ડર છે. તાત્કાલિક રાતદાડો ફેક્ટરી ચલાઈ આલ્કોહોલ બનાઈ સેનેટાઇઝર બનાઓ, આ હમણાં તારા હાથમાં ધસ્યું ને એ.'

"અચ્છા, કોરોના જંતુ મારવાની દવા. અહીં બને છે એમ?"

હોવ, પહેલાં અમે શેરડીમાંથી બનાવતા. પણ હવે ચોખામાંથી! અહીંથી ઠેઠ અમેરિકા જાય છે માલ. અમારા શેઠને ચાંદી જ ચાંદી છે આજકાલ!'

ટ્રકમાં લપાઈને ચારેકોર જોતી ચકીએ ટ્રકમાં હવે જોવા માંડ્યું કે ક્યાંય બોક્સમાંથી વેરાયેલા કોઈ દાણા દેખાય છે કે નહીં. એક તો આછું આછું અજવાળું ને મોટા ભાગે અંધારું. ક્યાંય ચોખા જોવા ના મળ્યા એટલે ચકી હતાશ થઈ ગઈ. અરે રે! આ ક્યાં હું ફસાઈ! હવે ભૂખ્યા તો ભૂખ્યા પણ ઘરે પહોંચી જાઉં, ચકા ભેગી થઈ જાઉં.

ચકીને શું થયું હશે? એવા પ્રશ્નોભરી ચિંતામાં ને ચિંતામાં ચકો એક ડાળથી બીજી ડાળ ઊડ્યા કરે. એકાએક એને વિચાર આવ્યો કે ચકી તો બિચારી ભૂખી હશે. અને ચકી જ શા માટે ચોખાનો દાણો લાવે? ચકાચકીની વાર્તામાં આવે એમ જ કંઈ બધી વાર્તા ચાલે? હું ય ચોખાનો દાણો શોધવા ગયો હોત તો અત્યાર સુધીમાં ખીચડી તૈયાર થઈ ગઈ હોત!

ફરી પાછી ચકાને મૂંઝવણ થઈ. દૂર દૂર ચોખાનો દાણો શોધવા જઈશ ને ચકી આવી જશે તો? એ પાછી મારા માટે ચિંતા કરવા માંડશે. ચકો

એવું વિચારતો હતો ત્યાં જ એની નજર સામે મંદિર પર પડી. મંદિર તો બંધ છે. જાળી વાસેલી છે પણ તેની બહાર ઊભો રહી એક માણસ ભગવાનને માથું નમાવી પગે લાગી રહ્યો છે. કંઈક બોલતાં બોલતાં એણે ખિસ્સામાં હાથ નાખી કશુંક કાઢી જાળીની અંદર ફેંકી, ચપ્પલ પહેરી ચાલવા માંડ્યું.

આ જોતાં જ ચકો ઊડ્યો ને જાળીમાંથી ઘૂસી સીધો ભગવાનની મૂર્તિ પાસે પહોંચ્યો. કદાચ અહીં ભગવાનની આજુબાજુ ક્યાંક ચોખાના દાણા પડેલા મળી જાય એવું વિચારતા ચકાએ ચારેબાજુ શોધવા માંડ્યું. ત્યાં ભગવાન અને એક દીવો બળતો જોયો ને ભગવાનની આજુબાજુ એક, બે, પાંચ ને દસ રૂપિયાના કેટલાક સિક્કા પડેલા દેખાયા પણ ચોખા કે દાળ કે ઘઉંનો એકેય દાણો વેરાયેલો ના જણાયો. ભગવાનને આ લોકો ખવડાવતા નહીં હોય કે? ખાલી પૈસા જ આપતા હશે?

મનમાં ઊઠતા એવા સવાલો સાથે, હતાશ થઈને ચકો ધીમેથી પાંખો ફફડાવતો મંદિરની બહાર આવી ગયો ને ફરી ચકીની રાહ જોતાં, ચોગરદમ જોતો બેઠો.

ટ્રક ખાલી થઈ અને ચોકીદારે લાંબી સિસોટી મારી : 'ચલ એ ડ્રાઇવર, જલદી ઉપાડ તારી ટ્રક! તારી પાછળ બીજી સાત રાઇસ ટ્રક આવીને ખોટી થાય છે.'

ડ્રાઇવર સિસોટીના અવાજે દોડ્યો અને ટ્રકમાં બેસતાં જ એણે ધડામ દઈને કેબિનનું બારણું બંધ કરતાં ટ્રક રિવર્સમાં લઈ દરવાજાની બહાર ચલાવવા માંડી.

એકાએક દરવાને દોડતા આવીને ટ્રકની કેબિનના બારણે લાકડી પછાડી. ડ્રાઇવર ઊભો રહી ગયો.

"ગાડીના માલિકની પથારી ફેરવવી છે? પાછળ દરવાજા ખુલ્લા રાખીને ગાડી ભગાવે છે બેવકૂફ?!"

ડ્રાઇવર હસતાં હસતાં કેબિન ખોલી નીચે ઊતર્યો. ચકી દરવાજા ખુલ્લા જોઈ ઝડપભેર બહાર આવીને ટ્રકની ઉપર બેઠી. ચારે તરફ જોવા માંડ્યું. બધું અજાણ્યું હતું. ટ્રકના દરવાજા બંધ થયા ને ડ્રાઇવરે ફરીથી ટ્રક દોડાવવા માંડી. ટ્રકના છાપરાના એક ખૂણે ઍંગલ નીચેની સહેજ બખોલમાં ભૂખી ચકી ટૂંટિયું વાળીને બેસી ગઈ.

ચકો શું કરતો હશે? કંઈ ખાધું હશે કે પછી મારી જેમ જ ભૂખ્યો મારી રાહ જોતો બેઠો હશે? આંખ બંધ કરીને ચકી વિચારતી રહી. સૂમસામ રસ્તે ટ્રક દોડતી હતી. એકાએક ટ્રક ધીમી પડી. ચકીએ આંખ ખોલીને જોયું તો ઘણી બધી ટ્રકોની વચ્ચે આવીને ટ્રક ઊભી રહી. ડ્રાઇવર ટિફિન લઈને ટ્રકમાંથી નીચે ઊતર્યો.

ચકીએ ટિફિન જોયું. ભૂખ તો ખૂબ લાગી હતી. એને થયું ઊડવાની તાકાત નથી. ખૂબ લાંબું ઊડવાનું છે પણ એ સિવાય પેટ ક્યાંથી ભરાવાનું છે આ લૉકડાઉનમાં!

ચકીએ બે ઘડી આંખો મીંચી અને પછી ધીરે-ધીરે પાંખો પસારી ઊડવા માંડ્યું. સતત ઊડ ઊડ અને ઊડ. સૂરજદાદા ટાઢા પડી ગયા હતા અને એ ય ઘર ભણી જતા હોય એવું ચકીને લાગ્યું.

ધીરે ધીરે અંધારું થવા માંડ્યું. ત્યાં તો ચિરપરિચિત રોજ સંધ્યાકાળનો, મંદિરની આરતીનો અવાજ આછો આછો કાને પડવા માંડ્યો. ઘર નજીક પહોંચ્યાનો અણસાર આવતાં ચકી એ પાંખો વધારે ઝડપથી ચલાવવા માંડી. આરતીનો અવાજ નજીક આવી ગયો. મંદિરના આછા અજવાળામાં પૂજારી એકલા આરતી કરી રહ્યા હતા. ચકીની નજર ચકા પર પડી અને ચકાએ પણ ચકીને આવતાં જોઈ. થોડીવાર તો અરસપરસ ચીં ચીં-નો વરસાદ જ થઈ ગયો. ચકી હાંફતી હતી. ચકાની સામે જઈ બેઠી. ચકાએ ઊડીને ચકીની પાસે બેસતાં પૂછવા માંડ્યું :

'અરેરે! ક્યાં અટવાઈ ગઈ?'

ચકીએ સામે જોઈ કહ્યું : "કંઈ ખાધું? લાંબી વારતા છે."

ચકાએ સામે પૂછ્યું : 'તેં ખાધું? તારી રાહ જોતો'તો. દાળનો દાણો પડ્યો રહ્યો છે.'

"અરે રે!"

'આપણે બન્ને ભૂખ્યાં. કંઈ નહીં. કાલે સવારે વહેલો વહેલો ઊઠીને હું જ ચોખાનો દાણો લઈ આવીશ.'

"હા, હવે તો રાત પડી ગઈ."

"પાણી પીને સૂઈ જઈએ."

"હા, ઊડી ઊડીને ખૂબ થાકી ગઈ છું."

આરતીનો અવાજ શમી ગયો. પૂજારીએ મૂર્તિ પાસે પડેલા પૈસા ભેગા કરી ઝભ્ભાના ખિસ્સામાં મૂક્યા અને શટરવાળી જાળી જોરથી ખેંચીને

બંધ કરી. એના જોરદાર અવાજથી ચકી સહેજ ફફડી ગઈ.

'હું તો મંદિરમાં ય ઠેઠ અંદર ભગવાન સુધી જઈ આવ્યો. ત્યાંય એકેય ચોખાનો દાણો ન હતો.'

પૂજારીએ જાળીને તાળું માર્યું. જોરથી ખેંચીને ચકાસ્યું. પછી ઝભ્ભાના ખિસ્સામાંથી મોબાઇલ ફોન કાઢ્યો. તેની લાઇટ કરી તાળું તપાસ્યું અને ઝભ્ભાના બીજા ખિસ્સામાં પૈસા બરાબર મુકાયા છે કે નહીં તેય જોઈ લીધું. મોબાઇલને આંખ પાસે લઈ ભજન વગાડવાનું શરૂ કર્યું ને અંધારામાં ચાલવા માંડ્યું :

'ચાલો ચકલાં ઊડી જાઈએ

જહાં રાત ના હોય!'

ચકી તો ભૂખ ને થાક બન્નેથી થાકીને ટૂંટિયું વાળીને પેટમાં પગ નાંખીને સૂવાનો પ્રયત્ન કરવા માંડી. બાજુમાં ચકાએ પણ લંબાવ્યું. ભૂખની પીડા ભારે હતી. એનાથી પૂજારીના મોબાઇલમાં વાગતું ભજન સાંભળીને સહેજ મોટેથી હસી પડાયું.

ચકીએ ધીમા અવાજે કહ્યું : "કેમ સૂતાં સૂતાં હસે છે?"

'કંઈ નહીં. આ તો પૂજારીબાપાનું ભજન સાંભળતાં સહેજ હસી પડાયું કે એવી તે કંઈ કોઈ જગ્યા હોય જ્યાં રાત ના હોય? કેવી ખોટી વાત નહીં ચકી?'

"હા, લાંબી રાત ના હોય તો પછી સવાર કેવી રીતે પડે? આપણે તો સવાર પડે ને ભૂખ ભાંગવાની છે."

'ખરી વાત ચકી, એટલે જ મને ભૂખ્યા પેટેય હસું આવ્યું કે કેવી મૂરખ બનાવવાની વાત છે! રાત ના હોય ત્યાં ઊડી જવાની વાત?!'

એમ કહેતાં ચકો થાકેલી ચકીની વધારે નજીક ગયો ને પાંખને ફેલાવી ભૂખી ચકીની આંખમાંથી ટપકતાં આંસુઓને લૂછ્યાં.

'સૂઈ જા, શાંતિથી ચકી! તારે વહેલા ઊઠવાનું નથી. ઝટ સવાર પડે ને ઝટ હું ચોખાનો દાણો લઈ આવું ને ખીચડી બનાવી તને ઉઠાડું. આપણે બેઉ ખીચડી ખાઈએ. અને ખાધું પીધું ને રાજ કર્યુની ચકાચકીની વારતા પૂરી કરીએ!'

ચકીએ હકારમાં ચાંચ હલાવી. ચકા સામે સ્મિત કર્યું ને આંખો બંધ કરી.

- સ્ટે એટ યોર હોમ

ટીવી ચાલુ કરતાં જ હાઈ બીપી વાળા દાદીમાનાં કાન સરવાં થયાં, "હં..આજે કેટલાં નવા કેસ આવ્યાં?" "અરે આ તો બે દિવસ પહેલાનાં ન્યુઝ છે" કહી ટીવી બંધ કરી દેવું પડ્યું .એમની ચિંતા ય આજકાલ ઓવરટાઇમ કરતી.

મમ્મી અથાણાની બરણીમાંથી એક એક ચીરી કાઢી એ રીતે વાટકામાં ગોઠવતી હતી જાણે એક એક આવતીકાલ ગોઠવતી હોય !

વાસણ માંજવાથી વાસણ સાથે ઘણું બધું મંજાતું હોય છે ને ચકચકિત થતું હોય છે એવી હવે પપ્પાને ખબર પડી ગઈ હતી.

કંટાળાના લાસ્ટ સ્ટેજમાં પહોંચેલા પીન્ટુએ જૂની બીન બેગમાં રેતી ગુંગળાઈ જાય એ હદે ભરી પંચિંગ બેગ બનાવી.ને જોરજોરથી પંચ મારવા લાગ્યો, જાણે કોરોના ચીસ પાડીને કરગરે ત્યાં સુધી પંચ મારશે એવું લાગતું હતું.

વિડીયો ગેમ રમી રમીને થાકેલી નાની ગુડ્ડુ કજ઼યો કરવા લાગી. "સ્ટે એટ યોર હોમમાં હવે કોની સાથે રમવા જાઉં? દાદી બોલ્યા,"જા આપણા મીઠું પોપટ સાથે રમ." ગુડ્ડુ તરતજ ટહૂકી,"એને તો મેં હમણાં જ ઉડાડી દીધો ને કહ્યું,નાવ સ્ટે એટ યોર હોમ, જુઓ સામેના ઝાડ પર !"બધા જ બહાર જોવા દોડ્યા. કોપી કેટ પોપટ બોલ્યો,"નાવ સ્ટે એટ યોર હોમ, સ્ટે એટ યોર હોમ!"

੧੭

- વેલકમ ટુ ક્વોરેન્ટાઈન વર્લ્ડ

પાંચ વાગ્યાના એલાર્મની સાથે જ પંખી તરફડી ઉઠી. બાજુમાં જ રાડ પાડતા ફોનને શાંત કરી એ બેઠી થઈ ગઈ. રાતથી જ શરીરમાં જે ગરમાવો અનુભવાતો હતો તે જાણે વધી ગયો હતો. પગમાં તો સાંકળો પડી હોય એમ લાગતું હતું. શાસકનાં નસકોરાં દૂર ટહુકતી કોયલની કુહુ પર પણ ભારી પડી રહ્યાં હતાં. પંખીનાં મનને શાસકને વળગીને ભીંસાતી અને નિરાંતે સૂતી પંખી દેખાતી હતી પણ આંખ સામેનું દૃશ્ય

જુદું હતું. માથા નીચે નહીં પણ પડખે રહેતો તકિયો બાહો ફેલાવીને બોલાવી રહ્યો હતો પણ રસોડાની ફર્શ નહાવા-ધોવાની જીદે ચડી હોય એમ બોલાવતી હતી. પંખીની નજર બારી બહાર કતારમાં ઊભેલી સ્ટ્રીટ લાઈટો પર પડી. બધી જ ઝળઝળ કરતી હસાહસ કરી રહી હતી, એક સિવાય. એ એક જરા મંદ પડી હતી ને એમાં પ્રાણ ભરનારનો કશો અતોપતો નહોતો. પંખીને ચીડ ચડી. એ ઊભી થઈને સીધી બાથરૂમમાં જતી રહી.

અષ્ટભૂજાળીની છબી આગળ ધૂપ-દીપ કરીને પંખીએ ગુસ્સાથી એ છબીને જોઈ. એના અરીસામાં એને પોતાની છબી દેખાતી હતી. એક ક્ષણે એણે અસલ છબીના ભૂક્કા બોલાવી દીધા ને બીજી ક્ષણે હાથમાં થાળી લઈ આરતી ઉતારી, ઘંટડી વગાડી. એ ઘંટડીના તીણા, સતત નાદે શાસક બરાડ્યો, 'અરે, સૂવા દેને ! આજે રવિવાર છે યાર ! બંધ કર ઘંટડી !' તંદ્રામાંથી જાગી હોય એમ પંખીએ થાળી નીચે મૂકી. શાસક પાસે જઈ બોલી, 'શાસક, મને તાવ જેવું લાગે છે. શરીર દુખે છે. શું હું થોડીવાર...' એનું વાક્ય પૂરું થાય એ પહેલાં જ શાસકે એનું મોઢું દાબી દીધું. 'ખબરદાર ! કોઈને કહેતી નહીં કે તને તાવ જેવું લાગે છે. જોવા દે મને !' શાસકે એને ગળે-કપાળે હાથ મૂક્યો. થોડીવાર થોભ્યો પછી સીધો પૂજાઘરમાં જવા લાગ્યો. પંખી તરત જ બોલી, 'મેં ગોળી ગળી લીધી છે શાસક.' પલંગના પાયા પર હાથ પછાડી શાસક લગભગ ગુસ્સે થઈ બોલ્યો, 'તો શું કરવા મારી ઊંઘ બગાડી? ગોળી ગળી લીધી છેને? થોડીવારમાં ઠીક થઈ જશે. જા, ચા-નાસ્તો તૈયાર કર ત્યાં સુધી હું એક ઝપકી મારી લઉં.' ફરી પથારીમાં પડતું નાખતો શાસક પંખીને સાથે લઈ વહાલથી સૂવડાવતો નજરે પડ્યો. પણ પંખી ઊભી થઈ રસોડે વળી ગઈ હતી એ એના તકિયાએ જોયું.

બેએક કલાક પછી પંખીને માથે ઠંડુ પાણી રમતું અનુભવાયું. એણે આંખો ખોલી તો સામે શાસક માથે પોતાં મૂકતો દેખાયો. શું કહેવું, શું કરવું પંખીને કંઈ ન સમજાયું. એની આંખો સમજી ગઈ હોય એમ થોડી ટપકી પડી. શાસક બોલ્યો, 'તાવ બહુ છે તને એટલે આરામ કર. હું મેડિકલમાંથી થોડી હાઈ પાવરની ગોળી લઈ આવું છું. અને બ્રેડ પણ લઈ આવું તો તું જરા નાસ્તો કરીને એ ગોળી ગળી લેજે. ઠીક થઈ જશે. ઓકે !' શાસક ઊભો થાય એ પહેલાં પંખીએ એનો હાથ

પકડ્યો ને બોલી, 'મને લાગે છે આપણે ડૉક્ટરને બતાવી દેવું જોઈએ.' પાણીમાં પથરો ફેંકાય એમ પંખીનો હાથ ફેંકી શાસક તાડૂક્યો, 'પાગલ થઈ ગઈ છે તું? અરે, સામાન્ય તાવને પણ કોરોના બતાવીને ઘાલી દેશે હોસ્પિટલમાં આ ડૉક્ટરો ! કમાવાનું સાધન બની ગયો છે હાલ કોરોના, કંઈ ભાન છે તને? અને ખબર પણ છે કે ક્વૉરેન્ટાઈન થવાનો ખર્ચો કેટલો છે તે? આપણે ઝાડ નથી વાવ્યું.' પંખી રડી પડી. શાસક દુ:ખી થયો કે વધુ ગુસ્સે થયો એ તો એ જાણે પણ એણે પંખીને પૂછ્યું, 'જ્યારથી લોકડાઉન થયું છે, તું ઘરની બહાર ક્યાંય પણ નીકળી છે? કશું પણ લેવા-મૂકવા તને જવા દીધી છે મેં? કોઈના પણ ઘરે મળવા ગઈ છે કે કોઈ બહારનું તને મળવા આવ્યું છે? બોલ ! ના ને ! તો પછી તને કોરોના થયો હોય એવી કોઈ સંભાવના જ નથી. અને કોરોના નથી તો એનો મતલબ સામાન્ય તાવ જ છે યાર ! એટલે કહું છું, મારા પર ભરોસો કર. હું લાવું એ ગોળી ગળી લે ને આરામ કર. બપોર સુધીમાં ઠીક થઈ જઈશ.' પંખીએ જોયું કે વાત કરતા કરતા શાસકે દૂધ-નાસ્તો લાવવા થેલી હાથમાં લઈ લીધી હતી અને ઘરની બહાર નીકળવા એ તૈયાર હતો. પંખી બોલી, 'માસ્ક નહીં ભૂલતા.' શાસકને હસું આવ્યું, 'મને તારા જેવો બેવકૂફ ધારે છે તું?'

થોડીવારે ડૉરબેલ વાગી. કંપતે શરીરે પંખીએ બારણું ખોલ્યું કે તરત શાસક ઉતાવળે પ્રવેશ્યો ને બોલ્યો, 'તું છેને મરાવશે મને. આમ ચાદર ઓઢીને બારણું ખોલે છે અક્કલની બારદાન ! મારી જગ્યાએ કોઈ બીજું હોત તો સીધો મ્યુનિસિપાલિટીને ફોન કરી દેત ! કંઈ સમજાય છે? લે આ દૂધ, ફટાફટ ચા મૂકી દે.' પૂજાઘરમાં પડેલા દવાના ડબ્બાનો ખૂલવાનો ને પછી બંધ થવાનો અવાજ આવ્યો. પંખીને કંપારી છૂટી રહી હતી. એણે દૂધની થેલી પ્લેટફોર્મ પર મૂકી ને શાસક પાસે જઈ ઊભી રહી. શાસક ઊભો ઊભો બેય હાથ જોડી આંખો બંધ કરી પ્રાર્થના કરતો ઊભો હતો. પાંચેક મિનિટ પછી એણે આંખો ખોલી એટલે પંખીએ કંપતે સ્વરે પૂછ્યું, 'તમે નીચે ગયા હતા તો કોઈ દવાખાનું ખુલ્લું છે કેમ એ જોતા આવ્યા?' શાસકની આંખો પહોળી થઈ ગઈ. એના હાથમાં ચળ આવતા આવતા રહી ગઈ. 'તારે શું કામ છે એ જાણીને કે દવાખાના ખુલ્લા છે કે નહીં? તું ચા મૂક, નાસ્તો કર ને ગોળી ગળીને સૂઈ જા.' પંખીએ ઊંડો શ્વાસ લીધો ને ઈન્ટરકોમ તરફ વળી.

મેઈન ગેટનો નંબર ડાયલ કરીને વૉચમેનને પૂછ્યું, 'મ્યુનિસિપાલિટી વાલે કા નંબર હૈ આપ કે પાસ?' સામેથી જે જવાબ આવ્યો એ એણે નોંધી લીધો. પોતાના મોબાઈલથી એ નંબર કરવા જતી જ હતી ને શાસકે એનો ફોન ઉપાડીને લગભગ ફેંક્યો જ. 'તાવ મગજ પર ચડી ગયો છે કે શું? કોને ફોન કરે છે? તારા સગાં નથી થતાં એ બધાં તે તારી સેવા કરશે ને મફતમાં ઈંજેક્શનો આપીને તને સાજી કરી દેશે, સમજી તું?' ખૂબ શાંત સ્વરે પંખી બોલી, 'મને ખબર છે.' એણે શાસકનો મોબાઈલ લીધો ને ફોન જોડ્યો. શાસક ફરી તાડૂક્યો, 'કેમ ગાંડાયા કાઢે છે યાર ! ક્વૉરેન્ટાઈન કરી દેશે આપણને વગર જોઈતા. સમજતી કેમ નથી તું?'

પંખીએ કરેલા ફોનથી અડધો જ કલાકમાં મ્યુનિસિપાલિટીના બે માણસો ઘરે આવી ગયા. પંખીને તપાસી. કોરોના ટેસ્ટ પણ કરી દીધો. પંખીને તાવની, વાયરલ ઈંન્ફેક્શનની જૂદી જૂદી ગોળીઓ આપી. પછી પતિ-પત્ની બેયને ચૌદ દિવસ સુધી ઘરમાંથી બહાર ન નીકળવા તાકીદ કરી. ઘરનાં બારણાં પર કોરોના વિષયક માહિતીપત્રક ચોંટાડ્યું ને સ્વાસ્થ્ય સાચવવાની શુભકામના આપી રવાના થયા. શાસકના નસકોરાં આ સમગ્ર ઘટનાક્રમ દરમિયાન ફૂલતાં-સંકોચાતાં રહ્યાં. કર્મચારીઓના ગયા પછી આરામથી સૂતેલી પંખીને હચમચાવી એ બોલ્યો, 'હવે શાંતિ થઈ તને? આ જ ઈચ્છતી હતીને તું? લે, થઈ ગયા ચૌદ દિવસ માટે ક્વૉરેન્ટાઈન આપણે બેય. ખુશ છે તું હવે?' પંખીએ હળવું સ્મિત કરી કહ્યું, 'તારા માટે નવો અનુભવ રહેશે શાસક, મારા માટે નહીં. એની વે, વેલકમ ટુ ક્વૉરેન્ટાઈન વર્લ્ડ !' અને શાસકના હાવભાવ જોવાની તમા રાખ્યા વગર પંખી નિરાંતે નસકોરાં બોલાવવા લાગી...

❧

• અચાનક

સવારે કિરણને એક ઈ-મેઈલ આવ્યો. "આ સમયગાળાને ધ્યાનમાં રાખીને દરેક સ્ટાફને હાલ રજા આપવામાં આવે છે. તમને

કહેવામાં ન આવે ત્યાં સુધી કોઈએ હાજર થવું નહીં." તે ઈ-મેઈલ સ્કૂલના આચાર્યનો હતો. હવે તે ઘરે જ રહેવાનો હતો. સવારે છાપું આવ્યું. તો તેમાં કોરોના વિશેના જ સમાચારો આવતા હતા. તેને થયું, આ કયાંથી આવ્યું. અને ક્યારે જશે ? ક્યા સુધી લોકો પોતાના ઘરમાં જ કામકાજ વિના બેસી રહેશે ?

પહેલાં તે સવારે વહેલા ઉઠતો હતો. ચા-નાસ્તો કરીને છાપું વાંચવું તે તેનો નિત્ય ક્રમ થઈ ગયો હતો. આજે તો છાપું પણ આવ્યું નથી. આથી તેણે સવારે ટી.વી. ચાલું કર્યું. "અચાનક ચીનમાં હજારો માણસો મૃત્યુ પામ્યા છે. છતાં કોઈને એની જાણ નથી. માટે તેની તપાસ હાથ ધરવામા આવી હતી. એક ડોક્ટરે તેની તપાસ કરી તો જાણવા મળ્યું કે આ એક વાઇરસને કારણે થયું છે. અને થોડા જ દિવસોમાં તે ડોક્ટરનું મૃત્યુ વાઇરસના કારણે થયું. આથી કિરણને વાઇરસ વિશે જાણવામાં વધારે રસ પડ્યો.

કિરણે ફોનમાં વાઇરસ વિશે સર્ચ કર્યું. તો જાણવા મળ્યું કે "કેરળના ત્રિસ્સુરમાં એક યુવતીમાં વાઇરસના લક્ષણો જોવા મળ્યાં હતા. તેમાં તાવ અને ગળામાં બળતરા થતી હતી. તે ચીનના, વુહાનમાં મેડિકલનો આભ્યાસ કરતી હતી. અને ભારત પરત ફરી હતી. વિશ્વ સ્વાસ્થ્ય સંગઠને 11 ફેબ્રુઆરીના રોજ વાઇરસને COVID-19 નામ આપ્યું હતું. આ વાઇરસ મનુષ્ય અને પશુઓને પોતાનો શિકાર બનાવી રહ્યો છે, સંક્રમિત વ્યક્તિની ખાંસી કે છીંકથી કે સંપર્કમાં આવવાથી ફેલાઈ શકે છે." ભારતમાં પણ આ વાઇરસે પોતાનો પગપેસારો કર્યો હતો. એક યંત્રની માફક આ સમયે તો આખો દેશ બંધ થયો છે. સામાન્ય દવા લેવા બહાર જાવ તો લાગે કે અડધીરાત્રે ધરબહાર નીકળ્યાં છીએ, તેવું વાતાવરણ ચારે બાજુ છવાઈ ગયું હતું. દરેક પોતાના ઘરમાં બેસી રહેવા લાગ્યા. એક મહિનો વીતી ગયો. હવે બીજો મહિનો પૂરો થવા આવ્યો.

વહેલી સવારે 'ચા'નું સ્થાન હવે ઉકાળાએ લીધું હતું. કિરણ સવારે મમ્મી-પપ્પા અને પત્ની અનન્યા સાથે ઉકાળો પીવા લાગ્યો.

રસોઈમાં શાકભાજીનું સ્થાન હવે કઠોળે લીધું હતું. અનન્યા મમ્મી-પપ્પા માટે ખીચડી બનાવતી હતી. એ હવે કિરણ અને અનન્યા માટે પણ હતી. એમ પણ ઘરમાં જ રહેવાનું હોવાથી ખોરાકમાં પણ

જાણે વધારો થયો હોય તેમ લાગતું હતું. કિરણના ઘરની બાજૂમાં એક સિત્તેર વર્ષના અબ્દુલા ચાચાની અચાનક તબિયત લથડવા લાગી. તે એકલા જ રહેતા હતા, માટે કિરણે હોસ્પિટલમાં ફોન કરીને ડોક્ટરને જાણ કરી. થોડી જ વારમાં ડોક્ટરની ટીમ આવી પહોંચીને અબ્દુલા ચાચાને તેઓ સાથે લઈ ગયા. એ સાથે આખી સોસાયટીને મહાનગરપાલીકાએ બંધ કરી દીધી. દૂધ, છાપું અને શાકભાજી બંધ થયા.

ખાનગી શાળામાં દરેક શિક્ષકોને છુટા કરી દેવામાં આવ્યાં છે. તેમાં કિરણ પણ એક હતો. ગૃહ ઉદ્યોગ બંધ થતા મમ્મી-પપ્પા ઘરે જ હતા. ઘરના દરેક સભ્યો હાલ તો ઘરે જ હતાં. કિરણની પત્ની અનન્યા જાણે અન્નપૂર્ણા બની ગઈ હતી. શાકભાજી ઘરમાં ન આવતી, છતાં સમયે સમયે તે રસોઈ બનાવી જાણતી. હા, મમ્મી પણ અનન્યાને અલગ અલગ રસોઈ માટે મદદ કરતા હતા. બાજુમાં રહેતા દંપતીના ઝઘડો હવે કાને પડવા લાગ્યો હતો.

ધીમે ધીમે દેશ સક્રિય થવા લાગ્યો હતો. શાળાઓ હજુ બંધ હતી. કિરણને હવે પોતાનું ઘર ચલાવવા નોકરી તો કરવી રહી. તેણે બીજા મિત્રોને જાણ કરી પણ દરેક મિત્રોના એક જ જવાબ હતો કે "અમે પણ નોકરીની શોધમાં છીએ." આજ સુધી બધુ જ બંધ હોવાથી પૈસાનો પ્રશ્ન ક્યા હતો ? એક સાંધે ત્યાં તેર તૂટે તેવી કિરણની પરિસ્થિતિ થઈ હતી. સમય જતા મકાનવેરાની સ્લિપ ઘરે આવી ગઈ. તેને થોડાં દિવસ જ થયા હતા ને લાઈટબીલ આવી ગયું. પપ્પાએ કિરણને પૈસા આપ્યા. જેથી મકાનવેરો, લાઈટબીલની ભરપાઈ થઈ ગઈ. ટી.વી.તો ઘરમાં હવે કોઈ જોતું ન હતું. છાપા તો બે મહિનેથી બંધ જ હતા. માસ કે મોં પર રૂમાલ બાંધ્યા વગર કોઈ બહાર જતું ન હતું. શહેરો હવે ફરીથી ધમધમવા લાગ્યા હતા. લોકડાઉનના કારણે આંધ્રપ્રદેશમાં આવેલ તિરૂપતિ બાલાજી મંદિરમાં કોન્ટ્રાક્ટ પર નોકરી કરતા મોટી સંખ્યામાં કર્મચારીઓને નોકરીમાંથી છુટા કરવામાં આવ્યા છે. આ કર્મચારીઓ મંદિર તરફથી ચલાવવમાં આવતા ત્રણ ગેસ્ટ હાઉસમાં કામ કરતા હતા. તે સાંભળતા કિરણને થયું આમ કેટલા લોકોની નોકરી છુટી ગઈ હશે ? હવે તેઓ શું કરતા હશે ? બેંકની બારીઓ હવા ખાવા માટે નહિ, પણ બેંકના કામકાજ માટે ઉપયોગમાં લેવાઈ હતી.

ત્યાં માણસોની લાંબી લાઈન લાગી હતી. તેનું કારણ એક જ હતું કે સરકાર તરફથી આપવામાં આવતી સહાય હતી. પણ તે દરેકના ભાગે ક્યા હતી ?

અનન્યા બેઠા બેઠા એક ગોદડાને ટાંકા લેતી હતી. તે જોઈને કિરણને થયું "જીવનના પણ એક સરખા ટાંકા નથી હોતા." મહિનો પૂરો થયો દૂધના પૈસા ચૂકવના હતા. પપ્પાના વીમાનો હપ્તો આવી ગયો હતો. આથી તેણે વિશાલને ફોન કર્યો. બંને નાનપણના મિત્રો હતા. વિશાલ સગાઈમાં બચેલી રકમ ખર્ચ કરી બેઠો હતો. કિરણને અનન્યાએ થોડા પૈસા આપ્યા જે તેણે બચાવીને રખાયા હતા.

કિરણ સાહિત્ય રસિક હોવાથી પુસ્તકોનું વાંચન કરવા લાગતો હતો. તાજેતરની પરિસ્થિતિને નિરૂપતા કવિ અનિલ ચાવડાના બે શેર તેની નજરે પડે છે.

"કોઈ રડતું હોય તો આંસુ ય લૂછી ના શકાય,
વ્હાલથી એના ખભે પણ હાથ મૂકી ના શકાય.
આવી લાચારી ન દેતો કોઈને અહિયાં પ્રભુ,
બાળ રડતું હોય ને માતાથી ચૂમી ના શકાય !"

કહેવાય છે ને 'સાહિત્ય એ સમાજનું દર્પણ છે.' કોરોનાના સમયની પરિસ્થિતિને ધ્યાનમાં લઈને સાહિત્ય કૃતિઓ પ્રગટ થવા લાગી હતી. કિરણ નવલકથાઓનું વાંચન કરવા લાગ્યો. શહેરમાંથી લોકો હવે ગામડે જવા લાગ્યા. હવે કોઈ વિચાર શુદ્ધા નહોતું કરતું કે ગામડે જઈને શું કરવું ? કોરોનાના પ્રશ્નની સાથે જીવન નિર્વાહનો પ્રશ્ન લોકોને થવા લાગ્યો હતો. હોસ્પિટલમાં ડોક્ટરો કોરોના સામે લડીને હવે થાક્યા હતા. મોટાભાગના ડોક્ટરો અને નર્સ કોરોનાની ઝપટમાં આવી ગયા હતા. કિરણ વિચારમાં પડ્યો. ઈશ્વર ક્યા હશે ? બધુ જ નિર્ધારિત હશે ? લોકોએ સેવાશ્રમ ખોલ્યા હતા. તે પણ હવે તો બંધ થયા છે. ગરીબ લોકો પોતાનું પેટ કેમ ભરતા હશે ? મધ્યમ વર્ગના લોકોને ફાંફા પડી રહ્યા છે તો ગરીબને રહેવા માટે ઘર નથી. જે રેલ્વેસ્ટેશન કે ફૂટપટ પર જ પોતાનું જીવન પસાર કરે છે, તેમની હાલત શું હશે ? આ બધા જ વિચારોના કોઈ જાણે ઉત્તર જ નથી. કેમ અચાનક આમ બનતું હશે ? શું કોઈ જાણતું હશે ?

કિરણ ઘરે પહોંચ્યો ત્યારે તેનાં મમ્મીની તબિયત સારી ન હતી. કિરણે

કહું. "ચાલો મમ્મી તમારી તબિયત સારી નથી તો આપણે ડોક્ટરને બતાવીએ."

કિરણના મમ્મી હંસાબહેને કહ્યું "ના, મને સારું થઈ જશે. એવી કોઈ ચિંતા કરવા જેવું નથી. આ ઉલટી બંધ થશે એટલે સારું થઈ જશે." વધારે ઉલટી થવાથી કિરણ હંસાબહેનને ડોક્ટર પાસે લઈ ગયો. ડોક્ટર હાથમાં મોજા, મોં પર માસ પહેરીને બેઠા હતા. દર્દીને દૂરથી જ તપાસ કરતા હતા. ડોક્ટર પાસે માત્ર દર્દીએ માસ પહેરીને જવુ. દવા અને હળવો ખોરાક લેવાના સૂચનો ડોક્ટરે આપ્યા હતા. હવે સાંજે હંસાબહેનને સારું હતું.

મહાનગરોમાં પરિસ્થિતિને ધ્યાનમાં લઈને આરોગ્ય વિભાગમાં ટૂંક સમય માટે ભણેલા યુવાનોની જરૂર હતી. પોતાની સોસાયટીમાં રહેતો એક છોકરો અજય જોડાયો. પોતાના ગામથી શહેરમાં તે રોજ બસમાં જવા લાગ્યો. બસમાં સ્કેનીંગ અને સેનેટાઇજ કરીને દરેક લોકોને બેસાડવામાં આવતા હતા. અને હવે તો ફક્ત ત્રીસ મુસાફરોને બેસાડવામાં આવતા હતા. બસમાં ચડવા માટે પહેલાની જેમ લોકોની ભીડ જોવા મળતી ન હતી. જરૂરી કામથી જ લોકો બહાર જતા હતા. આરોગ્યની ટીમની સાથે અજય રોજ ઘરે ઘરે સૂચનો અને ટેસ્ટ કરવા જતો હતો. તે સાંજે ફરી બસમાં પાછો ફરતો હતો. અજયના મમ્મી રમાબહેનને હવે અજયની ચિંતા થવા લાગી હતી. એક દિવસ અજય રજા ઉપર હતો. ત્યારે મમ્મીએ અજયને કહ્યું "બેટા તું રોજ સવારે નીકળી જાય છે ને સાંજે મોડેથી આવે છે. અને થાકી જાય છે."

મમ્મીની વાત સંભાળીને અજયે કહ્યું. "હા, મમ્મી એવું થાય છે. પણ અહિયાં કોઈ કામ ચાલું થશે. પછી તો ક્યા જવું છે ?" એમ કહી અજય રોજ કામ પર જતો હતો. કિરણ રોજ સવારે તેને જતા જોતો. કિરણને થતું કે અજયને કંઈ થાય નહિ તો સારું. આ કામ કંઈ માનીએ તેટલું સહેલું થોડું છે ? એક મદારી ઝેરી સાપ પકડે તેમ આ વાઇરસ સાથે કામ પાર પડવાની વાત છે. રોજ કેસમાં વધારો થતો હતો. એક દિવસ અજયની તબિયત બગડી અને તેને દાખલ કરવામાં આવ્યો. કોઈને તેની પાસે જવાની પરવાનગી ન હતી. ત્યારે કિરણને અમૃત ધાયલનો શેર યાદ આવ્યો.

"અચાનક કોણ જાણે યાદ કેવી વાત આવી ગઈ,

દિવસ હોવા છતાં આંખોમાં માઝમ રાત આવી ગઇ."
અચાનક કંઈ પણ બની શકે છે. આ વાઇરસ કોઈના કુટુંબને વેરવિખેર કરી મુકે છે. ન ધારેલું બની શકે છે. સાંજે અગાશી ઉપર કિરણ સંધ્યાના પ્રસરતા કિરણોને જોઈ રહ્યો હતો.

❧

તો આમ એ લોકડાઉનમા ઘણી વાતો જાણી અને ઘણી વાતો જાણવા મળી ..
આશા છે આપ ને વાંચી ને મજા આવી હશે.....

10
કોરોના કાવ્યરસ

લોકડાઉન સ્ટોરી બાદ એક મારી વ્યથા અહી કાવ્ય ના સ્વરુપે રજુ કરું છું ....જે બતાવે છે કે આ કોરોના એ કેવા ખેલ કર્યા છે .જીવનના દરેક તબક્કે...

મારે ઘણું બધુ મારા વેકેશન માં મારા ઘણા બધા સપનાઓ સાકાર કરવાના હતા જે સપનાઓ મારા આ કોરોના ચોરી ગયો ...હાલત સમજતા અને પરિસ્થિતિ જોતા ...અંદર અંદર દુ:ખી થતાં બસ સપના એ સપના જ રહી ગયા

શું થયું જોઈએ ...આ કોરોના કાવ્યરસ માં....
1] ક્યાક નડી ગયા...
મિત્રો ની સંગત મારે માણવી હતી,
પણ અંતે આ અત્યાધુનીક સુવિધા ઓ થી ઉદ્ભવેલા Problems
મને ક્યાંક ને ક્યાંક નડી ગયા...

મિત્રો જોડે એ ભારેખમ એનાટોમી શીખવાનું વિચાર્યુ હતું મેં,
પણ અંતે આ ઓનલાઇન ક્લાસ
મને ક્યાંક ને ક્યાંક નડી ગયા...

આમલીપીપળી અને અંતાક્ષરી રમીને સમય પસાર કરવાનું વિચાર્યુ હતું મેં...

પણ અંતે આ "FREEFIRE અને PUBG
મને ક્યાંક ને ક્યાંક નડી ગયા...
મિત્રો ની સંગત મારે માણવી હતી,
પણ અંતે આ અત્યાધુનીક સુવિધા ઓ થી ઉદભવેલા Problems
મને ક્યાંક નેક્યાંક નડી ગયા...
એ 2 થેપલા સાથેની ચા વાળી મોજ ફરી કરીશુ એવું વિચાર્યું હતું
મેં,
પણ અંતે આ ડોમિનોઝ ના પિઝ્ઝા અને બર્ગર
મને ક્યાંક ને ક્યાંક નડી ગયા.
એ પોતાનાઓ સાથે બેસીને ફરી એકવાર
બાળપણ ની યાદો ને તાજી કરીશ એવુંવિચાર્યું હતું મેં,
પણ અંતે આ વોટ્સપ અને ઇન્સ્ટા ના ચેટ
મને ક્યાંક ને ક્યાંક નડી ગયા...
મિત્રો ની સંગત માણવી હતી મારે,
પણ અંતે આ અત્યાધુનીક સુવિધા ઓ થી ઉદભવેલા Problems
મને ક્યાંક ને ક્યાંક નડી ગયા...
એ લગ્ન ના લોકગીતો ફરી એકવાર મંત્રમુગ્ધ થઈને સાંભળવાનું
વિચાર્યુ હતું મેં,
પણ અંતે એ SPOTIFY અને એમેઝોન ના પ્રાઇમ કન્નેકશન
ક્યાંક ને ક્યાંક મને નડી ગયા...
એ પ્રકૃતિ ના ઠંડા પવનની અનુભૂતી ફરી એકવાર કરવાનું
વિચાર્યુ હતું મેં,
પણ અંતે એ AC અને AIRCOOLER
મને ક્યાંક ને ક્યાંક નડી ગયા...
મિત્રો ની સંગત મારે માણવી હતી,
પણ અંતે આ અત્યાધુનીક સુવિધા ઓ થી ઉદભવેલા Problems
મને ક્યાંક ને ક્યાંક નડી ગયા...

❧❧

2] અરે કોરોના....

અરે ઓ કોરોના તે આ કેવી પરિસ્થિતિને સજી નાખી વ્યસ્ત
/ચતુર માનવીને લાચાર બનાવીને જ છોડ્યો..
અદ્રશ્ય બની તું તો શું ફેલાયો લોકોની જીંદગીમાં અંધકાર બનીને
જ વ્યાપ્યો.
કેટકેટલાય વગાડ્યા વાજિંત્રો... પણ, તું તો રક્ષક ને ભક્ષક
બનાવીનેજ રહ્યો
દિપ પણ પ્રગટાવી જોયો અંતર આત્માથી પણ કાળ બની લોકોના
દિપ ઓલવતો જ રહ્યો..
વરસાવી જોયા ફૂલ પણ ગગને થી તો પણ તું તો લોકોને સ્પશીને
જ રહ્યો ..
હજી એ ન ભર્યું સહેજ પણ મન તારું.. ત્યાંતો તે લોકડાઉન ને વધુ
આગળ ખેંચવાયું...
'અર્જુન' કહે હવે તો બસ કર રે કોરોના.. ચાલ્યોજા વિશ્વમાંથી
નથી વધુ જીવાતું કે સહેવાતું જોઈ માનવીની લાચારી..!

❧

3] લોકડાઉન...
ખુલે લોકડાઉન ને થાય બંધ પાછું
સાંજ ગમગીન ને, સવારે અજવાળું આછું
ખૂલતી જેનાં કલરવ થી આંખો
એ પક્ષી થીજી ગયા છે ગરમી માં
ને ભલ ભલા માલેતુજારો,
પીગળી ગયાં છે નરમી માં!!
ના તખ્તા પલટ થાય એ તાજ કેવા, ને
જાત પાત જોવે એ યમરાજ કેવા
ટપોટપ જઈ રહ્યા જીવ આ નગર માં
ને પ્રસરી રહી ગમગીની, ઘરે ઘર માં
ખુલે લોકડાઉન ને થાય બંધ પાછું
સાંજ ગમગીન ને, સવારે અજવાળું આછું.

❧

4]સેનીટાઈઝર
2 ટીપા અમૃત થાય વાઇરસ મૃત બચાવે જીવ સેનીટાઈઝર
શું આજ નીકળ્યું તુ સમુદ્રમંથન માં, સાક્ષાત શિવ સેનીટાઈઝર!!
ખબર ન હતી. થશે અતિ પ્રચલિત સેનીટાઇઝર
માનવ જાત ને બચાવવાની રીત સેનીટાઇઝર
કોવિડ ની સામે જાણે જીત સેનીટાઇઝર
ના ?મેકઅપ પ્રથમ પ્રીત સેનીટાઇઝરા!
હતું ડિકશનરી માં અત્યાર સુધી હવે મુખે રમે આ નામ
સેનીટાઈઝર!!
ડબ્બી નાની. પણ ભારે કામ સેનીટાઇઝર!!
2 ટીપા અમૃત થાય વાઇરસ મૃત બચાવે જીવ સેનીટાઇઝર
શું આજ નીકળ્યું તુ સમુદ્રમંથન માં સાક્ષાત શિવ સેનીટાઇઝર!!

૭

5]માસ્ક
હાથા વગરનું હથિયાર હું, સનાતન શકિતશાળી
ઉત્ક્રાંતિ આમ તો મારી પ્રાચીન પણ કરામત હવે નિહાળી
આદિ અનાદિ કાળથી, જૈન મુનિઓના હું મુખની મુપત્તિ!
ને કરું સામનો બાહ્ય પરિબળો નો, કરું અર્પણ સુમતિ!!
ને સદીઓ બાદ હું આવ્યો યાદ!
અહીં તો ચહેરા ઢાંકવાની લાગી હરીફાઈ,
ને થતા ગાયબ પરિવારો જાણે.
જોજનો પથરાયેલી. મૃત્યુ રૂપી ખાઇ!!
સર્જાયેલો કપડાથી. હું કરું કામ લોખંડી.
પ્રવેશવા દઉં પ્રાણવાયુ ને વિષાણુઓને પાબંદી
ને જો કોઇ આવે માલિક સમક્ષ. હોય બાળક કે કોઈ સમકક્ષ
પ્રથમ મારી જ યાદ આવે. ને પ્રથમ મને જ સાદ આવે!!
જો હટ્યો તમારા મુખેથી તો દુર્ઘટના પાક્કી છે,
લટકી રહ્યો ફક્ત જો કાને દુર્ઘટના પાક્કી છે રહ્યો ચોંટી દળદાર
દાઢી ને દુર્ઘટના પાક્કી છે,
અને ધોઈ ધોઈ ફરી જો ધોયો. દુર્ઘટના પાક્કી છે!!

બાકી. ભૂલી જજો સાજ શણગાર ને,
મુખ સજાવવાના સૌ સામાન ને,
બસ. રેલાવી સ્મિત મને અપનાવજો
રહેશો સ્વસ્થ ને બીમારી દૂરથી દફનાવજો!

6]આત્મનિર્ભર
ક્યાં સુધી રહીશ અટવાયેલો થઈ જા આત્મનિર્ભર,
મટીને તળાવ બનીને નદી. વહી જા આત્મનિર્ભર
પડયું દુખ. તો મંદિર ને શરણે, ને સુખમાં મદિરા પાન
તહેવારે તહેવારે સૌ વ્હાલાં ને વ્યવહારે ભુલાવે ભાન!!
ક્યાં સુધી તું રૂપિયા ને શરણે થઈ જા આત્મનિર્ભર
વાપરી દે - બન ભામાશા. તું વહી જા આત્મનિર્ભા
ગાંધીએ કીધું. ઓછામાં જીવ ને વિતાવ મહિના બાર
કલામ કહે હજાર પુસ્તકો અને કપડાં ની જોડ ચાર
છતાં તું કાલે ખોલીશ amazon."કાંઈક મંગાવીયે ચાર"
જોશે ભારત આખું તારા સ્વદેશી પ્રત્યેનો પ્યાર
ક્યાં સુધી રહીશ અટવાયેલો. થઇ જા આત્મનિર્ભર
મટીને તળાવ બનીને નદી વહી જા આત્મનિર્ભર!!